‘एआय’मधील संधी

डॉ. आनंद ज. कुलकर्णी

सकाळ प्रकाशन

सकाळ प्रकाशन

'AI'MADHEEL SANDHI

'एआय'मधील संधी

प्रथम आवृत्ती	:	मे २०२६
प्रकाशक	:	सकाळ मीडिया प्रा. लि. ५९५, बुधवार पेठ, पुणे ४११ ००२
संपादन	:	केतकी जोशी
मुखपृष्ठ आणि मांडणी	:	मधुमिता शिंदे
मुद्रितशोधन	:	अनुश्री भागवत
ISBN	:	978-93-47138-78-2
संपर्क	:	९८८१५ ९८८१५/८८८८८ ४९०५० sakalprakashan@esakal.com

आर्टिफिशिअल इंटेलिजन्सचा सुयोग्य वापर करून
स्वतःला व आपल्या भारत राष्ट्राला आत्मनिर्भर बनवू
इच्छिणाऱ्या प्रत्येकाला समर्पित.

मनोगत

अठराव्या शतकातील औद्योगिक क्रांतीपासून ऑटोमेशनची संकल्पना वेगवेगळ्या रूपाने मांडण्यात येऊ लागली. पहिल्या व प्रामुख्याने दुसऱ्या महायुद्धानंतर ऑटोमेशनला विशेष महत्त्व प्राप्त झाले. पुढे कॉम्प्युटर युग सुरू झाले व ऑटोमेशनला वेग आला. साधारणपणे २०१०पासून आर्टिफिशिअल इंटेलिजन्स म्हणजेच कृत्रिम बुद्धिमत्ता ही संकल्पना जोर धरू लागली. कृत्रिम बुद्धिमत्तेच्या वापरामुळे यंत्रे, कारखाने वगैरे संपूर्णपणे स्वयंचलित पद्धतीने चालवले जातील, असे अंदाज आता व्यक्त होत आहेत. कृत्रिम बुद्धिमत्तेची सध्याची घोडदौड आणि त्यामुळे घडणाऱ्या बदलांच्या पार्श्वभूमीवर कित्येक नोकऱ्यांचे स्वरूप बदलत आहे, तर कित्येक नोकऱ्या कायमच्या संपुष्टातदेखील येत आहेत; पण दुसऱ्या बाजूला आर्टिफिशिअल इंटेलिजन्सच्या विविध क्षेत्रांतील वापरामुळे संधीदेखील त्याच पटींत निर्माण होत आहेत. या संधींचा उपयोग करून घेण्यासाठी मात्र आर्टिफिशिअल इंटेलिजन्स ही संकल्पना अगदी मुळापासून समजून घेणे व त्याला विविध कौशल्यांची जोड देणे अत्यावश्यक आहे. कृत्रिम बुद्धिमत्तेच्याआधारे विविध प्रकारचे उद्योग उभारणे शक्य होताना दिसत आहे. त्या दृष्टीने विविध देशांतील सरकारे व संशोधन कंपन्यांकडून विशेष प्रयत्न होत आहेत.

फेब्रुवारी २०२६मध्ये नवी दिल्ली येथे यशस्वीरीत्या पार पडलेल्या जगातील आजवरच्या सर्वांत मोठ्या 'एआय इम्पॅक्ट समिट'ने संपूर्ण जगाला महत्त्वाची दिशा देण्याचे काम केले आहे. जगभरातून १००पेक्षा अधिक देशांचे प्रतिनिधी या

परिषदेसाठी उपस्थित होते. त्यात २०पेक्षा अधिक देशांचे प्रमुख, सहाहून अधिक देशांतील महत्त्वाचे मंत्री, जागतिक बँकेचे प्रमुख, तसेच गूगल, मायक्रोसॉफ्ट, ओपन एआय, रिलायन्स अशा अनेक महत्त्वाच्या कंपन्यांच्या प्रमुखांचा समावेश होता. आर्टिफिशिअल इंटेलिजन्स क्षेत्रातील २००पेक्षा अधिक स्टार्टअप्स व कंपन्या, २५पेक्षा अधिक शैक्षणिक संस्थांनी त्यांचे विविध शोध व उत्पादने या परिषदेच्या निमित्ताने जगासमोर आणली. कित्येक लाख लोकांनी या परिषदेला उपस्थित राहून त्यात झालेल्या चर्चांचा लाभ घेतला. विविध विषयांवरील स्पर्धा, आंतरराष्ट्रीय परिषद, विविध सामंजस्य करार असे अनेक उपक्रमही यानिमित्ताने पार पडले. 'सर्वजन हिताय, सर्वजन सुखाय' हे ब्रीदवाक्य असलेल्या या परिषदेमध्ये आर्टिफिशिअल इंटेलिजन्सचा उपयोग मानवाच्या हितासाठी व प्रगतीसाठी झाला पाहिजे, पण तसा तो होत असताना पर्यावरणाचे हित व समतोलसुद्धा जपला गेला पाहिजे, समाजातील प्रत्येक स्तरापर्यंत व शेवटच्या व्यक्तीपर्यंत आर्टिफिशिअल इंटेलिजन्सचे लाभ पोहोचावेत यासाठी सार्वत्रिक व सर्वंकष प्रयत्न व्हायला हवेत या त्रिसूत्रीवर भर दिला गेला.

यात प्रांत, भाषा, वैयक्तिक कार्यकुशलता, सांस्कृतिक वैविध्य आदी क्षमतांचा वापर अपेक्षित आहे; तसेच आर्टिफिशिअल इंटेलिजन्सबद्दलचे गैरसमज दूर करणे, त्याचा गैरवापर रोखणे व त्यातून विश्वासार्हता वाढवून शासनाच्या विविध प्रक्रियांमध्ये त्याचा समावेश करणे यांचादेखील समावेश आहे. यातून शासन दरबारी निर्णय क्षमता आणि पारदर्शकता वाढवण्यात मदत होणे क्रमप्राप्त आहे. त्याचबरोबर वैज्ञानिक कक्षा अधिक रुंद करण्यासाठी वैश्विक पातळीवर आर्टिफिशिअल इंटेलिजन्सचा वापर होणे अपेक्षित आहे. वैश्विक हितासाठी डेटा शेअर करणे, कॉम्प्युटिंग सुविधांचा सहयोग देणे व घेणे याबद्दल पावले उचलणे, आंतरशाखीय सहयोग वाढवणे आदींचा या सर्व प्रक्रियांमध्ये समावेश आहे.

आर्टिफिशिअल इंटेलिजन्सचा वापर करताना, कमीतकमी ऊर्जा खर्च करण्याच्या दृष्टीने संशोधन व्हावे याकडे देखील 'एआय इम्पॅक्ट समिट'ने लक्ष वेधले. अधिक कार्यक्षम अल्गोरिदम्सची निर्मिती हा यातला एक महत्त्वाचा मुद्दा आहे. यातून आर्टिफिशिअल इंटेलिजन्सचे लोकशाहीकरण होणे, म्हणजेच हे तंत्रज्ञान समाजातील अगदी शेवटच्या व्यक्तीलादेखील परवडणारे असावे ही अपेक्षा आहे. त्यातून 'अंत्योदय' साधणे शक्य होईल.

भारतात अशी समिट होणे हा आपल्यासाठी गौरवाचा क्षण आहे. भारतासाठी आर्टिफिशिअल इंटेलिजन्स क्षेत्रामध्ये जगाचे सारथ्य करण्याची ही संधी आहे. या परिषदेत पंतप्रधान नरेंद्र मोदी यांनी, 'आर्टिफिशिअल इंटेलिजन्स हा धोका नाही तर भाग्य व भविष्य आहे' असा जो संदेश दिला, तो पाहता या संपूर्ण प्रक्रियेमध्ये आपल्या प्रत्येकाचा खारीचा तरी वाटा असणे फार गरजेचे आहे.

त्या दृष्टीने या पुस्तकात आर्टिफिशिअल इंटेलिजन्स म्हणजे काय, हे अगदी सविस्तरपणे मांडण्यात आले आहेच, त्याचबरोबर त्यासंदर्भाने शिक्षण, करिअर, नोकरी व व्यवसायाच्या संधी या विषयांवरही चर्चा केली आहे.

हे पुस्तक प्रामुख्याने चार भागांत आहे. पहिल्या भागात, आर्टिफिशिअल इंटेलिजन्सवर संपूर्णपणे अवलंबून न राहता शिक्षकांना त्याचा सुयोग्य वापर कसा करता येतो व पुढेही करता येईल, यावर भर दिलेला आहे. त्याचबरोबर भाषेची कुंपणे तोडून सर्वांसाठी शिक्षण उपलब्ध होऊन 'वसुधैव कुटुंबकम्' ही संकल्पना जोपासता येते हेदेखील मांडले आहे. विद्यार्थ्यांनी आर्टिफिशिअल इंटेलिजन्स शिकण्यासाठी प्रोग्रामिंग कधी शिकावे, पुढे त्यातील कौशल्य कसे प्राप्त करावे, याबद्दल उदाहरणांसहित विवेचन केले आहे.

दुसऱ्या भागात आर्टिफिशिअल इंटेलिजन्समध्ये करिअर करण्यासाठी कोणकोणती क्षेत्रे आहेत, त्यासंदर्भातील भारतातील व परदेशातील स्टार्टअप्स, विविध संशोधन संस्था, सरकारकडून होणारी मदत व असलेले उपक्रम यांबद्दल ऊहापोह करण्यात आलेला आहे. तिसऱ्या विभागात आर्टिफिशिअल इंटेलिजन्सच्या क्षेत्रात काम करणाऱ्या भारतातील तसेच परदेशांतील संशोधन संस्था व त्यातील संधींचा आढावा घेण्यात आला आहे. आर्टिफिशिअल इंटेलिजन्सच्या वाढत्या वापरामुळे पर्यावरणावर होणारा परिणामांचाही आढावा या भागात घेतला आहे. आणि चौथ्या भागात आता भरारी घेत असलेला भारतातील चिप्स उद्योग, आर्टिफिशिअल इंटेलिजन्सचा नैतिक वापर, आर्टिफिशिअल इंटेलिजन्सच्या वापराचे संभाव्य तोटे व त्यावरील उपाय आणि शाश्वत विकासातील आर्टिफिशिअल इंटेलिजन्सचे स्थान आदी विषयांचा धांडोळा घेण्यात आलेला आहे.

आर्टिफिशिअल इंटेलिजन्स समजावून घेऊ इच्छिणाऱ्या व त्याचा सुयोग्य वापर करून करिअर करू पाहणाऱ्या व भारताच्या आत्मनिर्भर होण्याच्या वाटेवर

योगदान देऊ पाहणाऱ्या प्रत्येक वयोगटातील वाचकांसाठी हे पुस्तक उपयोगी ठरावे, ही आशा करतो.

माझे प्रेरणास्थान असलेली माझी आई वैजयंती जयंत कुलकर्णी व माझे बाबा जयंत माधव कुलकर्णी यांच्या ऋणांचा मी यानिमित्ताने पुन्हा उल्लेख करतो. माझी पत्नी प्राजक्ता आणि मुलगा नित्यय या दोघांनी सहकार्य केल्यामुळेच त्यांच्यासाठीचे असणारे माझे कित्येक दिवस व तास मला या पुस्तकासाठी देता आले. त्यासाठी दोघांचेही विशेष आभार. *सकाळ* समूहातील माझे अत्यंत जवळचे स्नेही माधव गोखले यांनी हे पुस्तक लिहिण्यासाठी दिलेल्या प्रोत्साहनासाठी त्यांचे अनेक आभार. त्याच बरोबर *सकाळ* समूहातील आशुतोष रामगीर व दीपाली चौधरी यांचे आणि या पुस्तकाच्या निर्मितीप्रक्रियेत सहभागी असणाऱ्या सर्वांचे विशेष आभार.

धन्यवाद

- डॉ. आनंद ज. कुलकर्णी
पुणे

अनुक्रमणिका

प्रकरण १

आर्टिफिशिअल इंटेलिजन्स म्हणजे काय?

मानव प्राणी कळपात राहणारा प्राणी आहे. एकमेकांशी स्पर्धा करणे, चढाओढ करणे, सतत प्रयत्न करत राहणे हा मानवाचा मूळचा किंवा जन्मजात गुणधर्म आहे. इतर सजीवांप्रमाणे मानवाची स्पर्धा पृथ्वीवरील इतर प्राण्यांबरोबरही सुरू असते. त्यातून मानवी वंश टिकवण्याचा प्रयत्न होत असतो. या प्रयत्नांतूनच मानवाचा मेंदू विकसित व प्रगल्भ तर होत गेलाच, पण त्याच्या हातांची जडणघडणही त्याला पूरक होत गेली. त्यामुळे, मेंदू आणि हात एकत्र काम करून एखादी वस्तू पकडू शकणे, बनवू शकणे, तोडू शकणे, जोडू शकणे आदी शक्य होत गेले. त्यातूनच मानवाची उत्क्रांती इतर प्राण्यांच्या तुलनेत वेगाने झाली. पुढे साधारणपणे १७६०च्या आसपास म्हणजेच अठराव्या शतकात औद्योगिक क्रांती झाली. या क्रांतीमुळे संपूर्ण मानवी जीवन प्रभावित झाले. इतर प्राणिमात्रांवर आधीच विजय मिळवल्यामुळे आता मानवांमध्ये औद्योगिक क्रांतीचा आधार घेऊन आधुनिकतेची चढाओढ सुरू झाली. पुढे ऑटोमेशनचा जन्म झाला व प्रत्येक जण प्रगतीच्या गल्ल्यांमधून हमरस्त्यावर वेगाने धावण्याचा प्रयत्न करू लागला.

प्रत्येक राष्ट्राजवळ असलेल्या विविध संसाधनांचा अधिक कार्यक्षमतेने उपयोग करण्याच्या दृष्टीने साधारणपणे दुसऱ्या विश्वयुद्धाच्या काळात आणि

त्यानंतर ऑटोमेशनचे महत्त्व वाढू लागले होते. जगातील जवळजवळ सर्व तत्कालीन विकसित आणि विकसनशील देशांना त्याचे महत्त्वही पटले होते. त्या दृष्टीने पावलेही टाकली जात होती. कॉम्प्युटरचे महत्त्व जगाला समजू लागले होते; परंतु अतिश्रीमंत विद्यापीठे व तंत्रज्ञानाशी संबंधित मोठ्या कंपन्यांमध्ये मोजक्या कामांपुरताच त्याचा वापर मर्यादित होता.

डॉ. ॲलन ट्युरिंग या ब्रिटिश गणितज्ञाने ऑक्सफर्ड विद्यापीठातर्फे प्रसिद्ध होणाऱ्या *माईंड* या नियतकालिकात १९५०मध्ये 'कॉम्प्युटिंग मशीनरी अँड इंटेलिजन्स' या मथळ्याखाली लिहिलेल्या लेखात इंटेलिजन्ट मशीन्स बनवण्याची संकल्पना मांडली. त्याच्या म्हणण्यानुसार मानव ज्याप्रमाणे अनुभवातून शिकतो व त्याआधारे समस्या सोडवतो, निर्णय घेतो, तसेच एखादे मशीनसुद्धा मिळालेल्या माहितीच्या आधारे शिकू शकते व समस्या सोडवू शकते. डॉ. ट्युरिंग यांच्या संकल्पनेच्या धर्तीवरच थिंकिंग मशीन्स (Thinking Machines) ही संकल्पना अमेरिकेत तसेच युरोपमध्ये मूळ धरू लागली होती. मात्र त्याचा आवाका यंत्रमानव व ऑटोमॅटिक मशीन्सपर्यंतच मर्यादित होता.

डॉ. ॲलन ट्युरिंग

डॉ. ट्युरिंग यांच्या निधनानंतर दोनच वर्षांनी, १९५६मध्ये, अमेरिकेतील हॅनोवर शहरातील डार्टमाऊथ कॉलेजमधील प्रसिद्ध गणितज्ञ डॉ. जॉन मॅकार्थी यांनी थिंकिंग मशीन्सवर विचारमंथन करण्यासाठी आठ आठवड्यांच्या कार्यशाळेचे आयोजन केले. त्यासाठी त्यांनी विविध क्षेत्रांतल्या जगभरातल्या ११ आघाडीच्या गणितज्ञांना, कॉम्प्युटर क्षेत्रातील प्राध्यापकांना व अर्थशास्त्रज्ञांना निमंत्रित केले होते. थिंकिंग मशीन्स म्हणजे यंत्रमानव व ऑटोमॅटिक मशीन्स या संकल्पनेच्यापुढे जाऊन विचार करण्याची गरज आहे, असे त्यांचे ठाम मत होते. म्हणून कार्यशाळेचे नामकरण करताना

डॉ. जॉन मॅकार्थी

त्यांनी तटस्थ पण संकल्पनेचे क्षितिज तत्कालीन सीमांपलीकडे विस्तारणारे नाव देण्याचा विचार केला. यामुळे विचारमंथनाचा आवाका आपोआप वाढण्यास मदत झाली. त्यानुसार कार्यशाळेचे 'डार्टमाऊथ समर प्रोजेक्ट ऑन आर्टिफिशिअल इंटेलिजन्स' असे नामकरण करण्यात आले.

ऑटोमेशनच्या प्रक्रियेमधील एक महत्त्वाचा टप्पा म्हणजेच मशीनला हुशार बनवणे व स्वतः विचार करावयास लावणे, याबद्दल परिषदेत सर्वांचे एकमत झाले. म्हणजेच मशीनला विचार करण्यासाठी बुद्धिमत्ता म्हणजेच इंटेलिजन्स असण्याची गरज असल्याचे सर्वांनी एकमताने मान्य केले. स्वाभाविकच त्याला 'कृत्रिम बुद्धिमत्ता' म्हणजेच 'आर्टिफिशिअल इंटेलिजन्स' असे म्हणणे सयुक्तिक ठरले. महत्त्वाचे म्हणजे, या कार्यशाळेत अॅलन न्यूवेल, क्लीफ शॉ आणि हरबर्ट सायमन यांनी 'लॉजिक थिओरिस्ट' या मानवी बुद्धिमत्तेच्या अनुकरणाच्या आधारावर साधी गणिते सोडवणाऱ्या कॉम्प्युटर प्रोग्रॅमचे प्रात्यक्षिक दाखवले. येथूनच पुढील सुमारे दोन दशकांच्या आर्टिफिशिअल इंटेलिजन्स क्षेत्रातील संशोधनाचा पाया रचला गेला. या तंत्रज्ञानाचा वापर आज शेती, संरक्षण, रस्ते व विमान वाहतूक, स्मार्ट होम्स, खेळ, उत्पादन, आरोग्य, शिक्षण अशा अनेक क्षेत्रांत दिवसागणिक वाढत आहे. येत्या काही दशकांत अगदी रोजच्या प्रत्येक कामात त्याचा वापर अनिवार्य आणि गरजेचा होणार आहे.

आर्टिफिशिअल इंटेलिजन्स ही आता विविध विद्यापीठांतील अभ्यासक्रमात एक विद्याशाखा म्हणून उदयास येत असली, तरी ही संकल्पना अगदी मुळापासून समजून घेणे क्रमप्राप्त ठरते.

आर्टिफिशिअल इंटेलिजन्स (AI) या संकल्पनेचा उगम नैसर्गिक बुद्धिमत्तेत आहे, म्हणजेच सजीवांच्या बुद्धिमत्तेत आहे. निसर्गातील विविध सजीवांचा अभ्यास करून त्यांची बुद्धिमत्ता समजून घेणे, त्या बुद्धिमत्तेचे गणिती रूपांतर करणे, व पुढे त्याचे कॉम्प्युटर प्रोग्रॅम बनवणे, जेणेकरून तो कॉम्प्युटर प्रोग्रॅम मूळच्या नैसर्गिक बुद्धिमत्तेप्रमाणे काम करू लागतो, याला नैसर्गिक बुद्धिमत्तेचे कृत्रिम बुद्धिमत्तेत किंवा आर्टिफिशिअल इंटेलिजन्समध्ये रूपांतर करणे असे म्हणतात.

नैसर्गिक बुद्धिमत्ता तीन प्रकारांत विभागलेल्या आहेत. पहिला बुद्धिमत्तेचा प्रकार हा प्रामुख्याने सजीवांच्या बायोलॉजिकल किंवा जैविक उत्क्रांतीशी संबंधित आहे. जेनेटिक अल्गोरिदम्सचे जनक डॉ. जॉन हॉलंड यांनी थोर निसर्गशास्त्रज्ञ चार्ल्स

डार्विन यांच्या 'समर्थांची अतिजीविता बलिष्ठः' (Survival of the Fittest) या प्राण्यांच्या उत्क्रांतीसंबंधित तत्त्वाचे तसेच पुनरुत्पादन पद्धतीच्या जीवशास्त्रीय संरचनेचे सर्वप्रथम गणिती रूपांतर करून जेनेटिक अल्गोरिदम्स बनवले. योग्य मादी अथवा नर मिळवण्यासाठीची नर/मादी यांच्यामधील स्पर्धा, मिलन झाल्यानंतर शुक्राणूंमधील स्पर्धा, डीएनएमधील पूरक घटकांचे संयोगीकरण अशा प्रक्रियांचे गणिती रूपांतर करण्यात आले. पुढे त्याचे कॉम्प्युटर प्रोग्रॅममध्ये रूपांतर करून जेनेटिक अल्गोरिदम्स बनवण्यात आले. आजपर्यंत त्याचे विविध प्रकार विकसित करण्यात आले आहेत. त्यामध्ये अगदी सरोगसी, वर्ण यांचेही गणिती रूपांतर झाले आहे.

डॉ. जॉन हॉलंड

आज स्मार्ट सार्वजनिक वाहतूक व्यवस्था, हवाई वाहतूक, संरक्षण दले, दूरध्वनी यंत्रणा, शेअरबाजार अशा अनेक क्षेत्रांत जेनेटिक अल्गोरिदम्सचा वापर होतो आहे. मी स्वतः गोगलगायींच्या उत्क्रांतीवर तसेच उंबर किंवा अंजीर व माशी यांच्या सहजीवनाशी संबंधित उत्क्रांतीवर अल्गोरिदम्स तयार केले आहेत. त्यांचा उपयोग अभियांत्रिकी समस्या सोडवण्यात होतो आहे. मानवी मेंदू म्हणजे न्यूरॉन्सचे प्रचंड जटिल असे जाळे किंवा नेटवर्क असते. कोणतीही वस्तू, प्रसंग, अनुभव आदी सर्व माहिती या न्यूरॉन्सच्या जाळ्यात साठवली जाते, त्याचा अर्थ समजून घेतला जातो. त्यामुळे त्या संदर्भातील कोणतीही दुसरी वस्तू, प्रसंग, तसेच अनुभव आला तर मेंदूतील नेटवर्क अजून प्रगल्भ होत जाते. जशी अधिकाधिक माहिती मिळत जाते, तसे नेटवर्क अधिक मोठेही होत जाते. म्हणजेच मेंदू उत्क्रांत होत जातो. मेंदूच्या या जैविक उत्क्रांतीतून प्रेरणा घेऊन १९४३मध्ये 'आर्टिफिशिअल न्यूरल नेटवर्क्स' ही संकल्पना अमेरिकेतील शिकागो विद्यापीठातील दोन शास्त्रज्ञ वॉरेन मखलक आणि

वॉल्टर पिट्स आणि
वॉरेन मखलक

वॉल्टर पिट्स यांनी मांडली. पुढे इतर शास्त्रज्ञांनी त्यात बरेच संशोधन केले. 'डीप लर्निंग' (Deep Learning) हे त्याचेच अत्यंत सुधारित रूप आज जगात आर्टिफिशिअल इंटेलिजन्सचे अत्यंत महत्त्वाचे तंत्रज्ञान म्हणून वापरले जात आहे.

दुसरा प्रकार हा प्राण्यांच्या व पक्ष्यांच्या थवा/झुंड/कळप बनवण्याच्या कार्यपद्धतीत आहे. आपण वटवाघळांच्या, लांडग्यांच्या, व्हेल माशांच्या झुंडी तसेच मुंग्यांच्या वसाहती प्रत्यक्षात किंवा टीव्हीवर पहिल्या असतील. समुद्रातील माशांच्या झुंडीतील प्रत्येक मासा अन्न शोधत असतो. त्याला येणारा वास तसेच आजूबाजूच्या माशांचे अन्नाबद्दलचे आकलन समजून घेऊन प्रत्येक मासा स्वतःची दिशा ठरवतो. अन्न शोधणे हाच सर्व माशांचा उद्देश असल्यामुळे ते आपोआपच एका ठरावीक शैलीमध्ये प्रवास करू लागतात. या झुंडीच्या मानसिकतेमुळे अन्न मिळण्याची शक्यता तर वाढतेच, पण त्याचबरोबर संरक्षणसुद्धा होते. प्रत्येक मासा आसपास फिरणाऱ्या भक्षकांपासून स्वतःचे रक्षण करत असतो. स्वतःचे आकलन तसेच आजूबाजूच्या माशांची संरक्षण करण्याची पद्धत समजून घेऊन प्रत्येक मासा स्वतःची पद्धत ठरवतो. ही पद्धत सर्वांना एका झुंडीत एकत्र ठेवते. अशी लाखो छोट्या माशांची मोठी झुंड एका ठरावीक शैलीमध्ये फिरून मोठ्या भक्षकांपासून स्वतःचे संरक्षण तर करतेच, पण त्यांना पिटाळूनसुद्धा लावते.

पक्ष्यांचे थवे एका ठरावीक त्रिकोणी रचनेत उडतात. हवेचा रोध कमी करण्याबरोबरच माशांप्रमाणेच भक्ष्य शोधणे आणि भक्षकापासून बचाव करणे असे दोन्ही उद्देश त्यातून साध्य करता येतात.

अमेरिकी समाज मानसिकतेचे अभ्यासक जेम्स केनेडी आणि अभियंता रसेल एबेरहार्ट या दोन अमेरिकी संशोधकांनी या झुंडींचा अभ्यास करून १९९५मध्ये त्याचे गणिती तसेच कॉम्प्युटर कोडमध्ये रूपांतर केले. जगातील कित्येक विद्यापीठांत आता यावर पुढील अभ्यास चालू आहे. इतर कित्येक उपयोगांप्रमाणे, माहितीचा अर्थ लावण्यासाठी तसेच वर्गीकरणासाठी याचा उपयोग होतो आहे.

मधमाशा आणि फुलांतील मध शोधण्याच्या त्यांच्या कौशल्याबद्दल सगळ्यांनाच कुतूहल असते. मधमाशा कित्येक किलोमीटर दूर जाऊन मध शोधतात. मधाच्या पोळ्यामध्ये राणीव्यतिरिक्त कामकरी, प्रेक्षक आणि टेहळणी करणाऱ्या माश्या असतात. कामकरी माशा मध शोधतात आणि पुन्हा पोळ्याजवळ येऊन नृत्य करू लागतात. त्यांनी शोधलेल्या मधाचे प्रमाण, गुणवत्ता यानुसार नृत्य

बदलते. जेवढे मधाचे प्रमाण आणि गुणवत्ता चांगली त्याप्रमाणात प्रेक्षक असलेल्या माशा कामकरी माश्या बनून तो मध गोळा करण्यासाठी विभागल्या जातात. सामूहिक समन्वय साधण्याच्या मधमाशांच्या या उपजत वृत्तीचा तुर्कियेमधील डर्विस कारबोगा यांनी सखोल अभ्यास करून २००५मध्ये त्याचे गणिती रूपांतर केले. बर्फाळ प्रदेशातील लांडग्यांच्या कळपातील शिस्तबद्ध नियोजन हादेखील एक कुतूहलाचा विषय आहे. तसेच त्यांची शिकारीची पद्धत हा आर्टिफिशिअल इंटेलिजन्ससाठी संशोधनाचा विषय ठरलेला आहे. भक्ष्य शोधणे, पाठलाग करणे, जवळ पोचणे, घेरणे, हल्ले करणे, जेरबंद करणे आदी कृतींचे कॉम्प्युटर कोड बनवले जातात.

मुंग्यांच्या वसाहतींचे सर्वांना प्रचंड आकर्षण असते. मार्को डोरिगो या इटालियन शास्त्रज्ञाने १९९२मध्ये आर्टिफिशिअल इंटेलिजन्स संदर्भात मुंग्याच्या अन्न शोधण्याच्या मेहनतीचे आणि परिश्रमाचे संशोधन गणिती स्वरूपात मांडले. प्रत्येक मुंगी सर्वप्रथम अन्नाचा सर्वत्र शोध घेऊ लागते. शोध घेत असताना ती फेरोमोन नावाचे एक

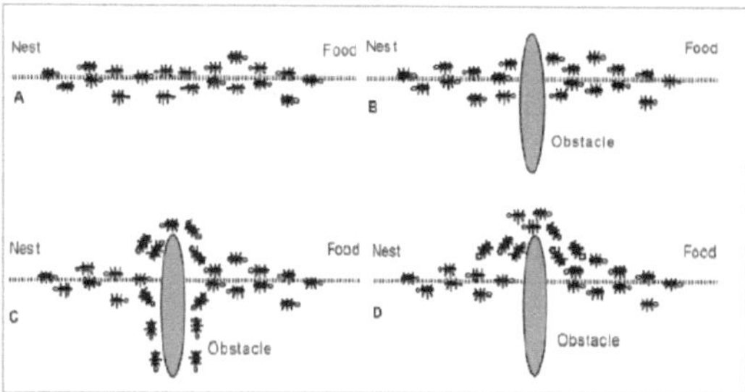

रसायन सोडत असते. तिला अन्न मिळाल्यावर त्यातील अत्यंत लहान तुकडा घेऊन वारुळाकडे परत जाताना ती अन्नाची गुणवत्ता आणि प्रमाणानुसार फेरोमोन कमी जास्त प्रमाणात सोडते. अन्नाच्या शोधतील इतर मुंग्यांना हा फेरोमोनचा माग सापडतो, तेव्हा त्यासुद्धा त्या मागावरून अन्न गोळा करायला जातात आणि अगदी पहिल्या मुंगी प्रमाणेच फेरोमोन सोडतात. अशा प्रकारे विस्तीर्ण भागावर पसरलेल्या मुंग्या एका ठरावीक मार्गावरून झुंडीने प्रवास करताना दिसतात. अन्न संपल्यावर त्या गायब झालेल्या दिसतात.

तिसरा प्रकार सजीवांच्या समाज जीवनातील चालीरीतींवर आधारित आहे. मानवाच्या व प्राण्यांच्या समाज जीवनातील विविध संरचना, चालीरीती व व्यवस्थांमधील उत्क्रांती आणि बुद्धिमत्तेचे गणिती रूपांतर व त्याचे पुढे आर्टिफिशिअल इंटेलिजन्स स्वरूपातील संशोधन सध्या वाढत आहे.

प्रामुख्याने खेळांतील, राजकीय तसेच युद्धातील स्पर्धा व चढाओढ या संदर्भातील संशोधन मुख्यतः इराण, अमेरिका, ऑस्ट्रेलिया आणि भारतात चालू आहे. कृत्रिम बुद्धित्तेच्या फुटबॉल खेळाशी संबंधित उपयोगांमध्ये इराणमधील डॉ. हुसेन यांचे उल्लेखनीय योगदान आहे. लीग पद्धतीत वेगवेगळ्या संघांमधील तसेच एकाच संघाकडून खेळणाऱ्या खेळाडूंमध्ये सर्वोत्तम ठरण्यासाठी होणारी चढाओढ व गुणपद्धतीचे कॉम्प्युटर कोड स्वरूप वापरून सर्वोत्तम उत्तर शोधता येते. याच धर्तीवर मी राजकीय पक्षांमधील तसेच कार्यकर्त्यांमधील स्पर्धेवर संशोधन करून त्याचे गणिती रूपांतर केले व पुढे त्याचा उपयोग करून विविध क्लिष्ट प्रश्न सोडवले आहेत.

लहान मुलांच्या कुतूहलाचे तसेच समाजात पुढे राहण्याच्या उपजत गुणांचा वापर करून निर्माण करण्यात आलेले कोहर्ट इंटेलिजन्स अल्गोरिदम्स उत्पादन क्षेत्र, मालवाहतूक, आरोग्य सेवा आदी क्षेत्रात आघाडी घेत आहे. जगभरातील कित्येक विद्यापीठांत व संस्थांमध्ये या सर्व विषयांवर संशोधन चालू आहे. विशेष म्हणजे या तंत्रांचा उपयोग भविष्यात येऊ शकणाऱ्या कोविड-१९ सारख्या महासाथीच्या संदर्भातील अंदाज बांधण्यात होऊ लागला आहे. त्यामुळे प्रादुर्भावाची किंवा उद्रेकाची शक्यता व पूर्वेतिहासाप्रमाणे ठरावीक वसाहतींकडे लक्ष पुरवता येऊ लागले आहे.

या सर्व माहितीवरून एक गोष्ट मात्र कळते -आर्टिफिशिअल इंटेलिजन्स हे काही क्लिष्ट, अवघड किंवा काहीतरी गूढ असे अजिबात नाही. त्यामागील मूळ संकल्पना आपल्या आसपास असलेल्या प्राण्या-पक्ष्यांमधूनच आलेली आहे. वर मांडलेल्या ह्या काही ठरावीक प्रातिनिधिक स्वरूपाच्या पद्धती आहेत. निसर्ग व त्यातील विविध जीवांचे तसेच त्यांच्या जीवनचक्राचे निरीक्षण, यातून त्यातील उपजत बुद्धिमत्तेचे अनेक पैलू दिसून येऊ शकतात. 'व्यक्ती तितक्या प्रकृती' हे जितके खरे आहे, तितकेच 'जितके सजीव तितक्या प्रकारच्या बुद्धिमत्ता' असतात हेसुद्धा सत्य आहे. गणित विषयाचे सर्वसामान्य ज्ञान मात्र आर्टिफिशिअल इंटेलिजन्ससाठी महत्त्वाचे असते. मुख्य म्हणजे प्राथमिक स्वरूपाच्या संशोधनासाठी खर्च फार नगण्य असतो. डोळे उघडे ठेवून निसर्ग आणि त्यातील विविध पैलू अभ्यासले की बुद्धिमत्तेचा उलगडा आपोआपच होऊ लागतो.

आर्टिफिशिअल इंटेलिजन्स ही संकल्पना जरी सहा दशकांपूर्वीची असली आणि जगभरातील शेकडो प्राध्यापकांनी व शास्त्रज्ञांनी त्यावर प्रचंड संशोधन केलेले असले, तरी त्याला जगन्मान्यता मात्र साधारणपणे मागील एका दशकापासून म्हणजेच २०१०पासून मिळू लागली आहे. त्याचे महत्त्वाचे कारण म्हणजे, पूर्वी नमूद केल्याप्रमाणे, ज्याकाळात आर्टिफिशिअल इंटेलिजन्सचा जन्म झाला, त्याकाळात कॉम्प्युटरच्या किमती प्रचंड होत्या. अतिश्रीमंत विद्यापीठे व तंत्रज्ञानाशी संबंधित मोठ्या कंपन्यांमध्ये मोजक्या कामांपुरताच त्याचा वापर मर्यादित होता.

त्यानंतरच्या काही दशकांत मात्र कॉम्प्युटरचा आकार कमी होत गेला, त्यातील सिलिकॉन चिप्सचा आकार कमी होत गेला, पण प्रोसेसिंग पॉवर मात्र वाढत गेली दुसऱ्या बाजूला कॉम्प्युटरच्या किमती कमी होऊ लागल्याने विकसित तसेच विकसनशील देशांतील विद्यापीठांत व कंपन्यांत त्यांचा वापर वाढू लागला. गेल्या साधारण दोन दशकांपासून कॉम्प्युटर आणि सॉफ्टवेअरच्या किमती सामान्य माणसाच्या आवाक्यात आलेल्या आहेत. त्यामुळे प्राध्यापक, शास्त्रज्ञ व विद्यार्थी अशा सर्वांचा कल आर्टिफिशिअल इंटेलिजन्सचे तंत्र आत्मसात करण्याकडे झुकू लागला आहे. तंत्रज्ञानाच्या वाढत्या वापरामुळे, वाढत्या मागणीमुळे तंत्रज्ञान विकासाचा वेगही वाढतो आहे. महत्त्वाचे म्हणजे, या सर्वांच्या एकत्रित परिणामाने आर्टिफिशिअल न्यूरल नेटवर्क्सचे खरे उपयोग आज जगाच्या समोर डीप लर्निंगच्या माध्यमातून येत आहेत. विविध फोटो किंवा इमेजेसचे व व्हिडीओंचे विश्लेषण करणे, म्हणजे त्यातील वस्तू, माणसे ओळखणे, त्यांच्यातील संभाषण समजून घेऊन त्याचे विविध भाषांत रूपांतर करणे आता सहज शक्य होत आहे. स्वयंचलित गाड्या आता डीप लर्निंगच्या माध्यमातून शिकत आहेत, जिथे पोहोचायचे आहे त्या ठिकाणी नेणारा रस्ता स्वतः शोधत आहेत. अल्गोरिदम्सच्या प्रगतीमुळे, तसेच कमीतकमी जागेत प्रचंड माहिती साठवणे शक्य झाल्यामुळे कॉम्प्युटरच्या

डिस्कमध्ये हजारो फोटो, व्हिडिओ साठवणे, त्यांचे अत्यंत कमी वेळेत प्रोसेसिंग किंवा गरजेनुसार विश्लेषण करणे शक्य होत आहे. त्यामुळे बिग डेटा प्रोसेसिंग ही संकल्पना उदयास आलेली आहे. यामध्ये फोटो, व्हिडीओ, लिखाण अशा स्वरूपात असलेली माहिती अत्यंत कमी वेळेत, प्रचंड वेगाने उपलब्ध होऊ शकते. त्याचे कमीतकमी वेळेत विश्लेषण करणे, मशीन लर्निंग अल्गोरिदम्स वापरून त्यांच्यातील विविध दुवे शोधणे शक्य होत आहे.

आज जगातील आयबीएम, गूगल, मायक्रोसॉफ्ट, ॲपल आदी आघाडीच्या कंपन्या आर्टिफिशिअल इंटेलिजन्स क्षेत्रातील संशोधनावर तसेच वापरावर प्रचंड भर देत आहेत. जगभरात आता आर्टिफिशिअल इंटेलिजन्सचे फायदे व तोटे यावर चर्वितचर्वण चालू आहे. विकसित व विकसनशील देशांतील सरकारे आर्टिफिशिअल इंटेलिजन्सच्या सर्वंकष वापरासाठी धोरणे आखत आहेत. विविध देशांच्या सरकारांमध्ये समन्वयाच्या बैठका घेतल्या जात आहेत. काही प्रकारच्या नोकऱ्या धोक्यात येणार असल्याची भीती व्यक्त केली जात आहे, तर काही संपून गेल्या आहेत. बँकिंग, कॉल सेंटर, वाहतूक अशा सेवा पुरवणाऱ्या संस्थांच्या क्षेत्रांत मोठे बदल स्पष्टपणे दिसून येत आहेत. शिक्षणक्षेत्रात मोठा सकारात्मक बदल अपेक्षित होता. तसा तो अनुभवास येत आहे. ऑनलाईन लेक्चर्सचे विविध भाषांत रूपांतर होत असल्याने, भाषेची कुंपणे मोडीत निघाली आहेत. त्यामुळे जगभरातील कोणत्याही भाषेतील माहिती व ज्ञान आता सर्वांसाठी उपलब्ध झाली आहे. 'वसुधैव कुटुंबकम्' या उक्तीची खऱ्या अर्थाने प्रचिती येत आहे.

ऑटोमेशनमधील एक महत्त्वाचा टप्पा असलेल्या या तंत्रज्ञानाचे आजवरचे व भविष्यातील उपयोग पाहता, आर्टिफिशिअल इंटेलिजन्स ही आता जगातील विविध विद्यापीठांतील अभ्यासक्रमांतील एक विद्याशाखा तसेच संशोधनातील शाखा म्हणून उदयास येत आहे. अशा वेळी आर्टिफिशिअल इंटेलिजन्सच्या विविध पैलूंचा, भविष्यातील मार्गक्रमणाचा अभ्यास होणे क्रमप्राप्त आहे.

»»»

प्रकरण २

शिक्षकांसाठी एआय

साधारणपणे मागील शतकाच्या शेवटापर्यंत म्हणजे २००० सालापर्यंत शिक्षणक्षेत्र थिजल्यासारखे झाले होते. प्रत्येक शिक्षकाच्या शिकवण्याच्या पद्धती थोड्याबहुत वेगळ्या होत्या. कॉम्प्युटर क्रांतीनंतर मात्र त्यात हळूहळू बदल होत गेले. साधारणपणे कोरोना काळापासून म्हणजे २०२०-२०२१पासून शिक्षणक्षेत्राने कात टाकायला सुरुवात केली. काळाची गरज आणि तंत्रज्ञानाचा सदुपयोग यामुळे शिक्षणक्षेत्रात मोठे बदल पाहायला मिळत आहेत. शिक्षकांना व विद्यार्थ्याला केंद्रस्थानी ठेवून या बदलांचा आपण आढावा घेऊ.

शिक्षकांनी वर्गातील प्रत्येक विद्यार्थ्याला त्याच्या वैयक्तिक क्षमतेनुसार शिकवणे गरजेचे असते, पण जगातील बहुसंख्य देशांत आणि विशेष म्हणजे भारतासारख्या देशात प्रत्येक वर्गातील विद्यार्थी संख्येमुळे हे जवळजवळ अशक्य आहे. आर्टिफिशिअल इंटेलिजन्समुळे मात्र हे शक्य होऊ शकते. यावर सध्या सिडनीमधील युनिव्हर्सिटी ऑफ न्यू साऊथ वेल्सने आघाडी घेतली आहे. तेथे प्राध्यापकांच्या प्रत्येक लेक्चरचे व्हिडिओ छोट्या छोट्या भागांत विभागले जातात, त्यानुसार प्राध्यापकसुद्धा लेक्चर नोट्स तुकड्यांमध्ये विभागून देतात. या विद्यापीठातील प्राध्यापक डॉ. डेविड केलरमन यांनी इंटरनेट व मशीन लर्निंगच्या

डॉ. डेविड केलरमन

आधारित एक बॉट बनवलेला आहे. हा बॉट विद्यार्थ्यांचे प्रश्न त्यातील संदर्भावरून योग्य शिक्षकांकडे पाठवतो, तसेच त्याच्याकडे असलेल्या प्रश्नोत्तरांच्या बँकमधून उत्तरही शोधून देतो. त्याला आधार म्हणून प्राध्यापकांच्या लेक्चरचे संबंधित छोटे व्हिडिओ व नोट्ससुद्धा उपलब्ध करून देतो. विशेष म्हणजे हे सर्व एखाद्या सेकंदापेक्षा कमी वेळेत होते. प्रश्न विचारणाऱ्या विद्यार्थ्याला मिळालेले उत्तर किती समाधानकारक आहे यावरून त्या उत्तराचे रेटिंग ठरते. इतर विद्यार्थ्यांच्या त्याच प्रकारच्या प्रश्नाच्या उत्तरासाठी याचा पुढे उपयोग केला जातो. यामुळे डॉ. केलरमन यांचा बॉट अधिक प्रगल्भ तर होतोच आहे, तसेच प्रश्नोत्तरांची बँकही समृद्ध होते आहे. यामुळे एकप्रकारे प्रत्येक विद्यार्थ्याकडे वैयक्तिकदृष्ट्या लक्ष देणे, त्याच्या शंकांचे त्वरित निरसन करणे शक्य होऊ लागले आहे. मुख्य म्हणजे आता प्रत्येक विद्यार्थी त्याच्या सोयीच्या वेळेनुसार व वेगानुसार शिक्षण घेऊ शकतो आहे.

आज आर्टिफिशिअल इंटेलिजन्सचे विविध अल्गोरिदम्स वापरून शिक्षणक्षेत्रात अनेक प्रयोग चालू आहेत. यशस्वी संकल्पना उपयोगातही आणल्या जात आहेत. एखाद्या अभ्यासक्रमासाठी इच्छुक विद्यार्थ्यांच्या शैक्षणिक दर्जाचे सर्वसाधारण मूल्यमापन करून प्रवेशासाठी प्रश्नपत्रिका बनवणे, पुढे त्यांचे गट बनवून त्याप्रमाणे अनुकूल अभ्यासक्रम सुचवणे व तयार करणे, एखादी संकल्पना काही विद्यार्थ्यांना नीट समजली नसेल किंवा उत्तर चुकीच्या पद्धतीने लिहिले जात असेल, तर शिक्षकांना सतर्क करून सुधारणा करण्यास सुचवणे, त्याचबरोबर संबंधित विद्यार्थ्यांना काही उपयोगी साहित्य किंवा नोट्सचा संदर्भ सुचवणे असे अनेक प्रयोग यशस्वी झालेले दिसतात.

काही अल्गोरिदम्स गूगलवर सर्च केलेल्या की-वर्ड्सवरून साधारण एकाच विषयावर काम करत असलेल्या विद्यार्थ्यांना तसेच शिक्षकांना शोधून काढतात व त्यांना एकमेकांचे सहयोगी बनवून त्यांच्या विचारांची देवाणघेवाण करण्याचे एक व्यासपीठ उपलब्ध करून देण्यात महत्त्वाची भूमिका बजावतात. याला आपण एक वैश्विक वर्गही म्हणू शकतो. या वर्गात जगातील कोणीही समवैचारिक भाग घेऊन

शिकू शकतो. महत्त्वाचे म्हणजे विद्यार्थ्यांच्या मनातील एखादी संकल्पना तपासणे, त्यासाठी संदर्भ शोधणे व झालेल्या चुकांतून विषय समजून घेणे सोपे झाले आहे. त्यासंदर्भातील भीती संपत चालली आहे. हा एक खूपच चांगला बदल आहे. अशा कित्येक परिवर्तनात्मक सुधारणा होत आहेत. आर्टिफिशिअल इंटेलिजन्समुळे शिक्षणक्षेत्रात मूलगामी बदल होण्यास अजून काही वर्षे लागणार असली तरी आता दिसणारा हा बदल त्यादृष्टीने पावले टाकणारा संक्रमणाचा काळ समजायला हरकत नाही. या सर्व बदलांमुळे शिक्षणक्षेत्राचा कणा असलेल्या शिक्षकांची भूमिकासुद्धा बदलताना दिसते आहे. हा बदल जितका लवकर आत्मसात करता येईल, तितक्या गतीने जगाबरोबर स्पर्धा करणारे विद्यार्थी आणि समाज घडवता येईल.

काही कंपन्यांनी बनवलेली सॉफ्टवेअर प्रत्येक विद्यार्थ्याच्या शिकण्याच्या वेगावर, प्रश्नांवर, त्याच्या वर्गातील सहभागावर तसेच इतर विद्यार्थ्यांबरोबरच्या संवादावर लक्ष ठेवतात. ज्या विद्यार्थ्यांची प्रगती अपेक्षेपेक्षा कमी आहे, ते शोधून, ते कोठे कमी पडत आहेत त्याचे मूल्यमापन करून त्याबद्दल प्राध्यापक व पालकांना माहिती देणे, विद्यार्थ्यांना विविध लेक्चर्स, नोट्स सुचवणे आदी कामे आर्टिफिशिअल इंटेलिजन्समुळे शक्य होत आहेत. जे विद्यार्थी उत्तम प्रगती करत आहेत त्यांची अभ्यासपद्धती समजून घेऊन सुधारणा सुचवणे,

प्राध्यापकांना तसे सूचित करणे आदी कामेही आता शक्य होऊ लागली आहेत. ही सॉफ्टवेअर सध्या उच्च शिक्षण घेणाऱ्या विद्यार्थ्यांसाठी असली, तरी त्यांचा प्राथमिक तसेच माध्यमिक शालेय स्तरावरही उपयोग लवकरच अपेक्षित आहे. यातून विद्यार्थ्यांच्या आकलन क्षमतेनुसार पुढील शिक्षणाची तसेच करिअरची दिशा अगदी कमी वयात सुचवणे शक्य होईल.

आज जगातील वेगवेगळ्या विद्यापीठांत अनेक देशांतील विविध मातृभाषा असणारे विद्यार्थी प्रवेश घेतात. साधारणपणे सर्वांना इंग्लिश भाषा येणे अपेक्षित असते. त्यासाठी विविध परीक्षासुद्धा पास होणे गरजेचे असते. पण मातृभाषेतील शिक्षण योग्य व आकलन होण्यासाठी अधिक चांगले असते असे सिद्ध झाले आहे.

दुसऱ्या बाजूला मुक्त शिक्षणासाठी भाषेचे कुंपण मोठा अडथळा ठरू शकते. मात्र आता, मायक्रोसॉफ्टने बनवलेले 'ट्रान्सलेटर' (Translator) हे सॉफ्टवेअर लेक्चर सुरू असतानाच ३०पेक्षा अधिक भाषांमध्ये लेखी तसेच तोंडी अनुवाद सादर करू शकते. विशेष म्हणजे, विद्यार्थ्यांनी त्यांच्या मातृभाषेत विचारलेल्या प्रश्नाचा अनुवाद प्राध्यापकांना त्यांना हव्या असलेल्या भाषेत मिळतो, तसेच प्राध्यापकांनी दिलेले उत्तर विद्यार्थ्यांना पुन्हा त्यांच्या मातृभाषेत मिळते. प्राध्यापकांच्या कॉम्प्युटर स्क्रीनवरील सर्व मजकूर वर्गात बसलेल्या विद्यार्थ्यांना त्यांच्या भाषेत भाषांतरित करून मिळतो. याचा उपयोग शिक्षक व पालकांच्या बैठकांमध्येही होताना दिसतो. तसेच विद्यार्थ्यांच्या स्टडी ग्रुप्समध्ये, नोकऱ्यांसाठीच्या मुलाखतींमध्येसुद्धा याचा सकारात्मक उपयोग दिसून येत आहे. यामुळे भाषेचे कुंपण जणू मोडीतच निघाले आहे. त्याचप्रमाणे दृष्टिहीन तसेच मूक-बधीर विद्यार्थ्यांसाठी आर्टिफिशिअल इंटेलिजन्स आधारित शिक्षणपद्धती वरदान ठरते आहे. अमेरिकेतील रॉचेस्टर इन्स्टिटयूट ऑफ टेक्नॉलॉजी व वॉशिंग्टन स्टेट युनिव्हर्सिटीमध्येही या प्रणालीचा यशस्वी प्रयोग व उपयोग होत आहे.

व्हर्चुअल रिॲलिटी (Virtual Reality) तसेच ऑगमेंटेड रिॲलिटी (Augmented Reality) तंत्रज्ञान वापरून जटिल वाटणारी कित्येक यंत्रे आता अगदी त्यातील नट-बोल्टपर्यंत जाऊन दाखवता येऊ लागली आहेत. हे तंत्रज्ञान अजूनही खूपच महाग असले, तरी स्पर्धा वाढत जाईल तशा किमती कमी होण्याची शक्यता आहे. गूगल एक्सपेडिशन (Google Expedition) नावाचे कॉम्प्युटर आणि मोबाईल ॲप इंजिनिअरिंग व विज्ञान, भूगोल, इतिहास, अशा अनेक विषयांसंदर्भात वर्गातील विद्यार्थ्यांना व्हर्चुअल टूर घडवते. शिक्षक त्यात त्यांच्या विषयाच्या अभ्यासक्रमानुसार बदल करू शकतात.

ऑस्ट्रेलियातील सिडनीमधील युनिव्हर्सिटी ऑफ न्यू साऊथ वेल्समधील डॉ. बेन-नईम आणि त्यांच्या अमेरिकेतील सहकाऱ्यांनी 'स्मार्ट स्पॅरो' (Smart Sparrow) नावाचा डिजिटल लर्निंग प्लॅटफॉर्म तयार केला आहे. आज तो जगभर लोकप्रिय होतो आहे. स्मार्ट स्पॅरो वापरून शिक्षकांना प्रत्येक संकल्पना डिजिटल स्वरूपात, तसेच

ॲनिमेशनच्या आधारे दाखवणे सहज शक्य होते आहे. वर्गात शिकवताना त्यामध्ये हवे तसे बदलही करून दाखवता येत आहेत. विद्यार्थ्यांच्या प्रश्नांना लगेचच ॲनिमेशनच्या स्वरूपात उत्तरे देणे सहज शक्य होत आहे.

वर्गातील प्रत्येक विद्यार्थाची पार्श्वभूमी वेगळी असते, आकलन क्षमता वेगळी असते. वर्गातील प्रत्येकाला विषय समजेल, प्रत्येकाला आकलनाच्या एकाच पातळीवर आणेल अशा पद्धतीने शिकवण्यातच शिक्षकाचा खरा कस लागतो. पण प्रत्येक शिक्षकाला हे जमेलच असे नाही. त्यासाठी आर्टिफिशिअल इंटेलिएजन्सच्या आधारे काम करणारे 'ड्रीमबॉक्स' (Dreambox) नावाचे सॉफ्टवेअर उपयुक्त ठरू शकते. हे सॉफ्टवेअर प्रत्येक विद्यार्थ्याच्या आकलनक्षमतेनुसार त्यांना विविध विषय शिकवते, त्यानुसार प्रत्येक विद्यार्थ्यासाठी अभ्यासक्रमात बदल करते.

बहिस्थ, म्हणजे शाळेत न जाता घरूनच अभ्यास करणाऱ्या विद्यार्थ्यांसाठी ड्रीमबॉक्ससारखी सॉफ्टवेअर वरदान ठरत आहेत. चीनमधील मोबव्होई (Mobvoi) कंपनीने बनवलेले 'डपडब' (DupDub) ॲप एखादा परिच्छेद किंवा एखादे पान लिहून दिल्यास त्यावरून व्हिडिओ लेक्चर, फोटो वगैरे तयार करून देते. त्यात विविध ऑडिओ इफेक्ट्सही सहजरीत्या दिले जाऊ शकतात. महत्त्वाचे म्हणजे, हे ॲप जगातील जवळजवळ सर्व भाषांत काम करू शकते. 'कांगारूज' (Kanagaroos) नावाचे ॲप एखाद्या सेमिस्टरसाठी वेळापत्रक बनवते, विद्यार्थ्यांच्या गृहपाठाचे किंवा परीक्षेचे ग्रेडिंग करून त्यांना गुण देते. त्याचप्रमाणे 'ग्रेडस्केप' (Gradescape) ॲपही गृहपाठ व उत्तर पत्रिकांचे ग्रेडिंग करून देते. विद्यार्थ्यांनी कॉपी केली असेल तर हे ॲप ती कॉपीही शोधते.

'थीटावाईज' नावाचे ॲप गणिते सोडवण्यासाठी एक उत्तम व अत्याधुनिक डिजिटल प्लॅटफॉर्म म्हणता येईल. ते चीनच्या हायफ्लायर (High-flyer) कंपनीच्या 'डीपसीक' (Deepseek) प्रमाणेच टप्प्याटप्प्याने बीजगणित व भूमितीतील प्रमेये सोडवून देते व त्यामागील स्पष्टीकरणदेखील देते. महत्त्वाचे म्हणजे, पुस्तकातील प्रमेयाचे फोटो थीटावाईजमध्ये अपलोड करता येतात व उत्तर सोडवून घेता येते. त्यामुळे हा प्लॅटफॉर्म शिक्षक व विद्यार्थी दोघांसाठीही महत्त्वाचा ठरत आहे.

विद्यार्थ्याने गृहपाठ स्वतःच केलेला आहे किंवा कोणाकडून करून घेतला आहे का, की कॉपी केलेला आहे का हे तपासणे अत्यंत महत्त्वाचे असते. विद्यार्थ्याला विषय समजला आहे किंवा नाही, हे त्यातूनच शिक्षकांच्या लक्षात येते व त्यातूनच

पुढील सुधारणात्मक बदल घडवणे शक्य होते. मात्र, विद्यार्थ्यांची वाढती संख्या पाहता, शिक्षकांसाठी हे एक अवघड काम आहे. आयथेंटिकेट (iThenticate), टर्नइटइन (Turnitin) सारख्या सॉफ्टवेअरचा यासाठी उपयोग होऊ शकतो. ही सॉफ्टवेअर कॉपी झाली असल्यास सर्व आवश्यक माहिती देतात.

आर्टिफिशिअल इंटेलिजन्समुळे शिक्षकांची कामे कमी झाली आहेत का किंवा होणार आहेत का? तर याचे उत्तर नाही असेच आहे. पण शिक्षकांना नवनवीन इंटेलिजन्ट सॉफ्टवेअर्स शिकून घेणे, त्यात पारंगत होण्याशिवाय पर्याय नाही. सॉफ्टवेअरने सुचवलेले सेमिस्टरचे वेळापत्रक असेल किंवा ग्रेडिंग असेल, दिलेल्या माहितीवरून बनवलेले फोटो, व्हिडिओ असतील, त्यांची शहानिशा करणे महत्त्वाचे आहे. शिवाय त्यातून योग्य व अपेक्षित ज्ञान पोहोचत आहे याची खात्री करून घेणे अत्यंत महत्त्वाचे आहे.

साधारणपणे सर्वच सॉफ्टवेअर्स शिकणे तसे सोपे असते. पण शिक्षकाला त्याच्या विषयाचे संपूर्ण ज्ञान असेल तरच अशा इंटेलिजन्ट सॉफ्टवेअरचा व टूल्सचा विधायक उपयोग होऊ शकतो. हे मात्र खरे, की शिक्षकाचे ज्ञान डिजिटल स्वरूपात साठवले जाईल आणि त्यात बदल होत राहतील. त्यामुळे आपले महत्त्व कमी होत असल्याची भावना शिक्षकांमध्ये येऊ शकते, येतही आहे. पण हे युगच आता यंत्रस्पर्धेचे आहे. शिक्षणक्षेत्रात करिअर करायची इच्छा असणाऱ्यांनी तंत्रज्ञानाची कास धरलीच पाहिजे. शिक्षकांच्या प्रशिक्षण संस्थांत इंटेलिजन्ट सॉफ्टवेअर व टूल्सबाबत शिक्षण आता अनिवार्यपणे दिले गेलेच पाहिजे.

जवळजवळ सर्वच इंटेलिजन्ट सॉफ्टवेअर भारताबाहेर तयार झालेली आहेत. आपण त्यांचे ग्राहक आहोत. आपल्यासाठी या सॉफ्टवेअरच्या किमती नेहमीच जास्त असतील. पण भारतीय विद्यापीठांनी त्याविषयी युद्धपातळीवर धोरणात्मक काम केले पाहिजे. भारतीय कंपन्यांनी सेवा क्षेत्रातून बाहेर पडून संशोधनात्मक पातळीवर नवनवीन संधी निर्माण करून शिक्षणक्षेत्रासाठी इंटेलिजन्ट सॉफ्टवेअर निर्माण केली पाहिजेत. भारतात प्रतिभेची जराही कमतरता नाही. गरज आहे ती सरकारने व विद्यापीठांनी त्या प्रतिभेसाठी आणखी पोषक वातावरण निर्माण

करणयाची. कंपन्यांनाही त्यादृष्टीने काम करत राहावे लागेल. म्हणजे विद्यापीठीय शिक्षण आमच्या कामाचे नाही, हा कंपन्यांचा आक्षेप कमी होईल. या क्षेत्रात आज बरेच स्टार्टअप्स येत आहेत. विद्यापीठांनी अशा स्टार्टअप्सना खतपाणी घालून त्यांना उपयुक्त ठरणारी नवनवीन सॉफ्टवेअर्स बनवली पाहिजेत, आणि ती सतत अपडेट करत राहिले पाहिजे.

इतरही काही सहयोगी कामे शाळा तसेच विद्यापीठांत उपयोगी ठरत आहेत. त्याबद्दलही इथे लिहिणे गरजेचे आहे. काही विद्यापीठांत सध्या ॲमेझॉन ॲलेक्साचा वापर विद्यार्थ्यांसाठी एक सर्वसाधारण कॅम्पस गाईड स्वरूपात केला जातो. याचा उपयोग नवीन दाखल होणाऱ्या विद्यार्थ्यांसाठी होतो आहे. उदाहरणार्थ, ॲरिझोना स्टेट युनिव्हर्सिटीमध्ये ठरावीक विभागाची माहिती, त्यातील वैशिष्ट्ये, सर्वसाधारण वेळापत्रक तसेच प्रत्येक विषयाचे, प्राध्यापकांचे वेळापत्रक, कॅन्टीनबद्दलची माहिती अशा अनेक स्वरूपाची माहिती ॲलेक्साला विचारून घेता येते. यामुळे वेळापत्रक, तसेच माहितीचे गाईड छापण्याची गरज कमी होते आहे. याचबरोबर माहिती देणाऱ्या वेबसाईट असतातच पण त्यातील गरजेची आणि मोजकी माहिती सुलभ पद्धतीने ॲलेक्सासारखी मदतनीस देते आहे.

आधी उल्लेथ केल्याप्रमाणे आर्टिफिशिअल इंटेलिजन्सवर आधारित शिक्षण पद्धतीमुळे भाषेची बंधने सैल होत आहेतच, पण त्याचबरोबर 'वसुधैव कुटुंमबकम्' ही संकल्पना प्रत्यक्षात आणत विद्यार्थ्यांना आता कोणत्याही देशातील कोणत्याही शिक्षकाकडून शिक्षणाचे धडे घेणे सहज शक्य होत आहे. यापुढच्या काळात एक ठरावीक शाळा आणि त्यातील ठरावीक पद्धती हे बंधन संपुष्टात येईल. शिक्षकांनासुद्धा वेगवेगळ्या शाळांतील व देशांतील शिक्षकांची लेक्चर्स समजून घेता येतील व त्याप्रमाणे त्यांच्या शिकवण्याच्या पद्धतीत योग्य ते बदल करता येतील/ करावे लागतील. कॉम्प्युटर व स्मार्ट फोनच्या कमी होणाऱ्या किमती, 5G नेटवर्क आदींमुळे विद्यार्थ्यांसाठी कुठेही बसून (On-The-Go) शिक्षण घेणे सहज शक्य होत आहे. तंत्रज्ञानाचा हा फायदा शिक्षकांनाही घेता येतो आहे.विद्यार्थ्यांच्या मदतीसाठी बॉट्स आता २४ तास उपलब्ध होऊ शकतात. मायक्रोसॉफ्टने केलेल्या व्यापक सर्वेक्षणानुसार बहुतेक शिक्षक आणि विविध शिक्षणसंस्थांना स्पर्धात्मक वातावरणात टिकून राहण्यासाठी आर्टिफिशिअल इंटेलिजन्सच्या वापराची गरज पटलेली आहे व त्याबाबत ते अनुकूलही आहेत. त्याबद्दलची प्राथमिक व प्रायोगिक

चाचपणीसुद्धा होते आहे. शालेय अभ्यासक्रमात ठरावीक ध्येय आणि उद्देश ठेवून योग्य बदल करणे, अभ्यासक्रमाचे आधुनिकीकरण करणे, शिक्षक व विद्यार्थी संवाद करू शकतील अशी सॉफ्टवेअर बनवणे, शिक्षण कंटाळवाणे होणार नाही यासाठी सतत सकारात्मक बदल करण्याची मानसिकता तयार करणे, समुपदेशन करणे आदींवर काम करणे आता आवश्यक आहे. जगातील कित्येक विद्यापीठांत यावर बरेच आधी काम सुरू झालेले आहे. भारतातील विद्यापीठांना यावर काम करावेच लागेल. त्यांच्यासाठी ही त्यांच्याकडील ज्ञानभांडार जगभरात पोचवण्याची एक संधी आहे. कित्येक भारतीय कंपन्यांनासुद्धा याच धर्तीवर अभ्यासक्रम बनवता येतील आणि शिकवता येतील. थोडक्यात आता भारतातील विद्यापीठांना इतर देशातील विद्यापीठांबरोबरच आणि एक प्रकारे एआय क्षेत्रातील कंपन्यांबरोबरही स्पर्धा करावी लागणार आहे. आजचे विद्यार्थीच उद्या समाजाचे आणि देशाचे भवितव्य घडवणारे असतात. त्यांना देशात राहूनच देशाबाहेरील ज्ञान मिळवून देण्यात आर्टिफिशिअल इंटेलिजन्सचे योगदान महत्त्वाचे असू शकते. त्यांना अत्याधुनिक शिक्षणपद्धती उपलब्ध करून देणे आणि इतर देशांतील समवयस्क मुलांच्या एक पाऊल पुढे ठेवणे हे आजच्या शिक्षण संस्था तसेच सरकारी धोरणे आखणाऱ्यांच्या हाती आहे. त्यानुसार जेवढ्या लवकर शक्य आहेत तेवढ्या लवकर कार्यपद्धतीत सकारात्मक बदल करणे अत्यंत गरजेचे आहे.

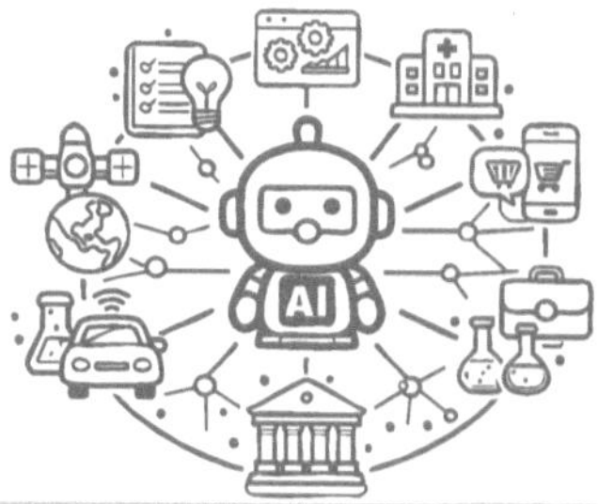

प्रकरण ३

‘वसुधैव कुटुंबकम्’साठी एआय

आर्टिफिशिअल इंटेलिजन्सचा वापर आता जगाच्या कानाकोपऱ्यात होऊ लागला आहे, हा आपला सर्वांचाच अनुभव आहे. आता प्रत्येक देश आज हे तंत्रज्ञान अधिकाधिक वापरण्याचा प्रयत्न करतो आहे. त्याचा सर्वांत महत्त्वाचा फायदा म्हणजे प्रत्येक क्षेत्रात वाढीला लागलेली कार्यक्षमता. जीवनाच्या जवळजवळ सर्व क्षेत्रांत आता हे अत्याधुनिक तंत्रज्ञान वापराची जणू चढाओढच सुरू झालेली आहे. संरक्षण, खेळ, शेती, वाहतूक व्यवस्था, व्यापार आदी क्षेत्रांत कार्यक्षमता वाढवून जास्तीतजास्त चांगले परिणाम मिळवण्याच्या दृष्टीने पुढील संशोधन चालू आहे. त्याचे दृश्य परिणाम आता दिसू लागले आहेत. त्यासाठीच्या नवनवीन संकल्पना घेऊन आघाडीच्या कंपन्या जशा पुढे येत आहेत, तसेच नवीन उद्योगही उभारले जात आहेत. परंतु आर्टिफिशिअल इंटेलिजन्सच्या वापराचे आजचे सर्वात मोठे व मोलाचे योगदान जर कोणते असेल तर ते म्हणजे जगाला जवळ आणणे होय. ‘वसुधैव कुटुंबकम्’ ही संकल्पना प्रत्यक्षात उतरवण्यात आज या तंत्रज्ञानाचा मोठा हातभार लागत आहे.

शिक्षण घेणे आणि देणे यामध्ये विद्यार्थी, गुरू, शाळा व विद्यापीठे भागधारक असतात. शिक्षकांनी वर्गातील प्रत्येक विद्यार्थ्याला त्याच्या वैयक्तिक क्षमतेनुसार

शिकवणे गरजेचे असते, पण जगातील कोणत्याही आणि विशेष म्हणजे भारतासारख्या देशात प्रत्येक वर्गातील विद्यार्थीसंख्येमुळे हे जवळजवळ अशक्य आहे. आर्टिफिशिअल इंटेलिजन्समुळे मात्र हे शक्य होऊ शकते.

सिडनीमधील युनिव्हर्सिटी ऑफ न्यू साऊथ वेल्समधील प्राध्यापक डॉ. डेविड केलरमन यांनी निर्माण केलेल्या इंटरनेट व मशीन लर्निंगवर आधारलेल्या बॉट बद्दल आपण याआधी बोललो आहोतच. ह्या बॉटमुळे विद्यार्थ्यांना त्यांच्या विषयाशी संबंधीत असणाऱ्या जगातील विविध भाषांतील लेक्चर्सच्या नोट्स हव्या असलेल्या भाषांत उपलब्ध करून देता येतात, हे या बॉटचे वैशिष्ट्य.

काही कंपन्यांनी बनवलेली सॉफ्टवेअर्स प्रत्येक विद्यार्थ्यांच्या शिकण्याच्या वेगावर, प्रश्नांवर, वर्गातील त्याच्या सहभागावर तसेच इतर विद्यार्थ्यांबरोबरच्या संवादावर लक्ष ठेवतात. ज्या विद्यार्थ्यांची प्रगती अपेक्षेपेक्षा कमी आहे, ते कोठे कमी पडत आहेत, त्याचे मूल्यमापन करून त्याची प्राध्यापकांना तसेच पालकांना कल्पना देणे, विद्यार्थ्यांना जगातील विविध प्राध्यापकांशी जोडून देणे, लेक्चर्स, नोट्स सुचवणे आदी गोष्टी आर्टिफिशिअल इंटेलिजन्समुळे शक्य होत आहेत. याचप्रमाणे, जे विद्यार्थी उत्तम प्रगती करत आहेत, त्यांच्या अभ्यासाच्या पद्धतीचे आकलन करून इतर विद्यार्थांना सुधारणा सुचवणे, प्राध्यापकांना तसे सूचित करणे हेदेखील आता शक्य होऊ लागले आहे. हे सॉफ्टवेअर सध्या उच्च शिक्षण घेणाऱ्या विद्यार्थ्यांसाठी बनवले आहे. त्याचा प्राथमिक तसेच माध्यमिक शालेय स्तरावरचा उपयोग लवकरच अपेक्षित आहे. यामुळे विद्यार्थ्यांच्या आकलन क्षमतेनुसार पुढील शिक्षणाची तसेच करिअरची दिशा अगदी कमी वयात सुचवणे शक्य होईल.

आधी म्हटल्याप्रमाणे मुक्त शिक्षणासाठी भाषेचे कुंपण हा सगळ्यांत मोठा अडथळा होता. आता मात्र, 'ट्रान्सलेटर' या दुभाषाच्या रूपात लेक्चर सुरू असतानाच त्याचा लेखी तसेच तोंडी अनुवाद देणारा मदतनीस उपलब्ध आहे. हा दुभाषा विद्यार्थ्यांनी त्यांच्या मातृभाषेत विचारलेल्या प्रश्नाचा अनुवाद प्राध्यापकांना त्यांना हव्या असलेल्या भाषेत देतो, तसेच प्राध्यापकांनी दिलेले उत्तर विद्यार्थ्यांना पुन्हा त्यांच्या मातृभाषेत देतो. दृष्टिहीन तसेच मूक-बधीर विद्यार्थ्यांसाठी अशा आर्टिफिशिअल इंटेलिजन्स आधारित शिक्षण पद्धती वरदान ठरत आहे.

अमेरिकेतील कंपन्यांसाठी मार्केट सर्व्हे करणाऱ्या एक संस्थेच्या अहवालानुसार गेल्या पाच वर्षांत शिक्षणक्षेत्रात आर्टिफिशिअल इंटेलिजन्सचा

वापर जवळपास ५० टक्क्यांनी वाढला आहे. पुढील पाच वर्षांत इतर देशांतही हा वेग असाच वाढण्याचे संकेत आहेत. शिक्षकाची जागा दुसऱ्या कोणाला घेणे शक्य नसले तरी त्यांच्या कामाचे स्वरूप नक्कीच सर्वंकष होते आहे, म्हणजे जागतिक स्तरावर जाऊ पाहत आहे. त्याचबरोबर शैक्षणिक संस्थांच्या कामाच्या स्वरूपातही मोठे फेरबदल संभवत आहेत.

वर्ष २०२०मधील कोविड-१९ महासाथीमुळे जगातील जवळपास सर्व देशांत घरांतूनच शिक्षण सुरू झाले. कॉम्प्युटर आणि स्मार्ट फोनचा वापर वाढल्याने लहान मुलांना आता या गॅजेट्चा खूपच लवकर परिचय होतो, ही आताच्या काळातील वस्तुस्थिती आहे. शिक्षक प्रत्यक्षात समोर नसताना रेकॉर्डेड लेक्चर पाहणे आणि नंतर ठरलेल्या वेळेत

प्रश्न विचारणे किंवा शंका निरसन करणे, ऑनलाईन परीक्षा देणे हेदेखील आता नवीन राहिलेले नाही. शिक्षणक्षेत्रांत प्रामुख्याने, विद्यार्थी, पालक, शिक्षक व व्यवस्थापकीय प्रशासन या सर्वांच्या दृष्टीने या विषयाचा ऊहापोह करणे अत्यंत महत्त्वाचे आहे.

जगभरातील विद्यापीठे आज शिक्षणामध्ये 'कॅफेटेरिया' पद्धत आणू पाहत आहेत. गेले दशकभर ही पद्धत केवळ एका विद्यापीठातील अभ्यासक्रम घेण्यापर्यंतच मर्यादित होती. आता आर्टिफिशिअल इंटेलिजन्सद्वारे जगातील विविध विद्यापीठांतील अभ्यासक्रम सुचवले जातात. त्यांचे विद्यापीठांप्रमाणे वर्गीकरण करून मूळ पदवीच्या जवळचे अभ्यासक्रम सुचवले जातात. ते का व कसे उपयोगी आहेत त्यामागील कारणेही दिली जातात. या प्रक्रियेतून जगातील विद्यापीठे जवळ येत आहेत, एकत्र काम करीत आहेत. याचेच पुढचे पाऊल म्हणजे जगातील विद्यापीठे व वेगवेगळ्या कंपन्याही आता जवळ येऊ पाहत आहेत. त्याचे एक प्रमुख कारण म्हणजे कंपन्यांना लवकरात लवकर नवीन व तरुण इंजिनीअर्स हवे असतात. विद्यार्थ्यांनाही ठरावीक व विशेष क्षेत्रात काम करण्याची आवड असते. अशा विद्यार्थ्यांसाठी विद्यापीठे व

संबंधित कंपन्या अभ्यासक्रम तयार करतात. त्यातील काही विशेष अभ्यासक्रम कंपन्यांमधील तज्ज्ञ बनवतात. ते कंपन्यांमध्येच शिकवले जातात. यात विद्यार्थ्यांना तेथील प्रोजेक्ट्सवरील कामाचा अनुभवदेखील मिळतो. याला इंटर्नशिपची जोड मिळून विद्यार्थी ठरावीक विशेष क्षेत्रात निष्णात होऊ शकतो आणि त्यामुळे त्याला नोकरी, व्यवसायाच्या संधी मिळण्याच्या शक्यताही वाढतात.

आज बऱ्याचदा आपण डीपफेकचा (Deepfake) दुरुपयोग होताना पाहतो, ऐकतो. पण डीपफेकचे सदुपयोग त्यापेक्षाही कितीतरी पटीने अधिक आहेत. हे सगळेच आपल्याला माहिती नाहीत. उदाहरणार्थ, एखाद्या व्यक्तीला वेळेअभावी एकाचवेळा विविध ठिकाणी हजर राहणे शक्य नसेल, तर त्या व्यक्तीचे 'अवतार' विविध ठिकाणी असू शकतात. दक्षिण कोरियाचे माजी राष्ट्राध्यक्ष यून सुक यूल यांनी २०२२मध्ये लढवलेल्या निवडणूकांबद्दल तुम्ही ऐकले असेल. व्यग्र वेळापत्रकामुळे त्यांना कित्येक ठिकाणी जाऊन सभा घेणे, मुलाखती देणे, कार्यकर्त्यांना भेटणे, त्यांच्या समस्या समजून घेणे, नागरिकांशी संवाद साधणे अवघड होत होते.

या समस्येवर तोडगा काढण्यासाठी त्यांच्या इन्फॉर्मेशन टेक्नॉलॉजी (आयटी) सेलने त्यांचे वेगळेवेगळे डीपफेक अवतार तयार केले. यातला प्रत्येक अवतार विशेष क्षमता असलेला होता. म्हणजे एक अवतार सार्वजनिक सभा घेण्यात वाकबगार होता, दुसरा मुलाखती देण्यात आणि प्रश्नोत्तरात तरबेज होता. यून सुक यूल यांचे असे अनेक अवतार नेमून दिलेली वेगळीवेगळी कामे करत होते, देशातील आणि जगातील विविध ठिकाणी एकाचवेळी पोचू शकत होते. त्यातून त्यांना लोकांशी प्रचंड जवळीक साधता आलीच, पण वेळेची प्रचंड बचत झाली.

डीपफेकचा दुसरा एक फायदा म्हणजे एका अभिनेत्याने केलेली एखादी विशिष्ट जाहिरात एकाचवेळी वेगवेगळ्या भाषांत करता येणे. उदाहरणार्थ, एका अभिनेत्याचा अवतार कपड्याच्या ठरावीक ब्रॅण्डच्या कपड्यांसाठीची दुकाने महाराष्ट्रात एखाद्या पिनकोडच्या जवळ कोठे आहेत ते मराठीत सांगत असेल, तर तोच अवतार गुजरातमधील एखाद्या पिनकोडजवळच्या दुकानांची माहिती गुजराती भाषेत सांगतो. विशेष म्हणजे वेगवेगळ्या भाषा बोलताना या अवतारांच्या ओठांच्या हालचाली त्या त्या भाषेतील शब्दांप्रमाणे बदलतात. अभिनेता तोच राहतो, केवळ अवतार बदलतात. यामुळे अभिनेता सर्व भाषेत जगातील कानाकोपऱ्यांत पोहोचतो. कित्येक तासांचा अभिनय व पैशाचीही यात बचत होते.

व्हर्च्युअल रिॲलिटी (Virtual Reality) व ऑगमेंटेड रिॲलिटी (Augmented Reality) या आर्टिफिशिअल इंटेलिजन्सवर आधारित युनिव्हर्स म्हणजेच मेटाव्हर्सच्या दोन संकल्पना आहेत. एकेकाळी अशक्यप्राय वाटणाऱ्या कित्येक गोष्टी आज यामुळे शक्य होत आहेत.

एकेकाळी एका देशात बसून दुसऱ्या देशातील रुग्णावर शस्त्रक्रिया करणे केवळ स्वप्नातच शक्य होते. आज हे वास्तव आहे. एका देशातील डॉक्टरांनी दुसऱ्या देशातील रुग्णांवर अवघड शस्त्रक्रिया यशस्वीरीत्या केल्याची शेकडो उदाहरणे आज देता येतात. मेडिकल रिपोर्ट्स, रुग्णाने पाठवलेले फोटो आदींवरून आर्टिफिशिअल इंटेलिजन्सवर आधारित सल्ले ऑनलाइन देणाऱ्या वेबसाइट्ससुद्धा आज अस्तित्वात आहेत. या वेबसाइट्सना वैद्यकीय क्षेत्रात अजून जगन्मान्यता जरी नसली, तरी आज अनेक डॉक्टर त्याकडे एक असिस्टंट म्हणून पाहत आहेत.

मेटाव्हर्समुळे एका कंपनीतील अधिकारी जगातील कोणत्याही भागांत असले तरी त्यांना अगदी समोरासमोर बसल्यासारखी एकत्र मीटिंग घेणे सहज शक्य होत आहे. जगातील विविध भागांत आज व्हर्च्युअल रिॲलिटीच्या साहाय्याने आता एखादा फेरफटका मारणे, पर्यटनाला जाणे वगैरे शक्य आहे. वेगवेगळ्या देशांत बसून दोन खेळाडू एकमेकांशी टेबल टेनिससुद्धा खेळू शकत आहेत. व्हर्चुअल रिॲलिटी व ऑगमेंटेड रिॲलिटी ही दोन्ही तंत्रे अजूनही सामान्य माणसाला परवडणारी नसली, तरी जगातील मोठ्या कंपन्या व सरकारे यामध्ये मोठी गुंतवणूक करत आहेत. त्यातून स्पर्धा वाढून किमती कमी होतील व या तंत्रांचे उपयोगही वाढतील, अशी अपेक्षा आहे.

»»»

प्रकरण ४

प्रोग्रामिंग आणि एआय कधी शिकावे

पूर्वी नमूद केल्याप्रमाणे आर्टिफिशिअल इंटेलि/जन्सचा उगम नैसर्गिक बुद्धिमत्तेतून होतो. एखाद्या प्राण्याची नैसर्गिक बुद्धिमत्ता समजून घेतल्यानंतर त्याचे गणिती सूत्रात रूपांतर केले जाते. त्या गणिती सूत्राचे पुढे कॉम्प्युटर प्रोग्रामिंगमध्ये रूपांतर केल्यावर, तो प्रोग्रॅम त्या प्राण्याच्या नैसर्गिक बुद्धिमत्तेप्रमाणे वागू लागतो, शिकू लागतो व प्रॉब्लेम्स सोडवू लागतो. याला आपण नैसर्गिक बुद्धिमत्तेचे कृत्रिम बुद्धिमत्तेत रूपांतर झाले असे म्हणू शकतो. यासाठी गणिताची समज तर उत्तम असावीच लागते, पण त्याचबरोबर प्रोग्रामिंग स्किल्सही आवश्यक आहेत.

एखादा प्रॉब्लेम सोडवण्यासाठी सर्वात आधी तो समजून घेणे महत्त्वाचे असते. प्रश्नाच्या मुळाशी जाऊन त्याचे छोटे छोटे भाग करून ते सोडवावे लागतात. त्यांची जोडणी करून अंतिम उत्तर मिळवता येते. हे वाटते तेवढे अवघडही नाही, आणि दिसते तेवढे सोपेही नाही. प्रश्नाच्या मुळाशी तर्कशुद्ध पद्धतीने जाणे शक्य झाल्यास हे अवघड नाही. साधारणपणे या सर्व पद्धती आपण शालेय शिक्षणातूनच आत्मसात करत असतो. शाळेत एखादा प्रॉब्लेम आपण टप्प्याटप्प्याने, म्हणजेच स्टेप-बाय-स्टेप सोडवतो. विद्यार्थ्यांना गुणही तसेच विभागून दिलेले असतात.

दुसरे महत्त्वाचे कौशल्य म्हणजे विश्लेषणात्मक कौशल्य (ॲनालिटिकल स्किल). हे कौशल्य अत्यंत महत्त्वाचे व गरजेचे आहे. यामध्ये एखादा प्रॉब्लेम सोडवण्यासाठी कोणकोणती साधने लागू शकतात, म्हणजे कोणती प्रोग्रामिंग लँग्वेज

जास्ती सोपी आणि अधिक प्रभावी असू शकते, कॉम्प्युटरचे कॉन्फिगरेशन कोणते असावे, आणखी कोणते कौशल्य शिकणे अपेक्षित आहे, त्यासाठी साधारणपणे किती वेळ लागू शकतो वगैरे बाबींचे विश्लेषण करणे अत्यंत गरजेचे असते. अशा विश्लेषणामुळे हाती घेतलेला प्रॉब्लेम वेळेत व योग्य रीतीने सोडवणे शक्य होते.

भारतातील शिक्षण बऱ्याच अंशी धोपट मार्गाचे आहे, असा ापला अनुभव आहे. साधारणपणे कोणताही प्रॉब्लेम सोडवण्याची एखादी ठरावीक पद्धत दिलेली किंवा सुचवलेली असते. त्यानुसारच मूल्यांकन होते. पण गरज आहे ती एखादा प्रॉब्लेम सोडवण्यासाठी नावीन्यपूर्ण पद्धत शोधून काढण्याची. ती पद्धत आत्ता जरी शालेय किंवा शैक्षणिक मूल्यमापनात बसत नसली तरी ती वापरात कशी आणता त्याकडे आपण लक्ष दिले पाहिजे. विद्यापीठीय शिक्षणात विशेष करून क्रमिक पुस्तकांबरोबरच संदर्भ ग्रंथ किंवा त्याविषयीचे अन्य लिखाण वाचत राहून त्यांची स्वतःला समजेल अशा भाषेत मांडणी करणे आवश्यक आहे. यातूनच विश्लेषणात्मक कौशल्ये वाढीला लागतात; नवनवीन संकल्पना सुचत जातात. या संकल्पना आपल्याला येत असलेल्या प्रोग्रामिंग लँग्वेजमधून सोडवून पाहाव्यात. त्यातून स्वतंत्र वृत्तीने प्रॉब्लेमकडे पाहणे, समजून घेणे, विश्लेषण करून त्याची छोट्या प्रॉब्लेम्समध्ये विभागणी करणे शक्य होते.

या प्रोग्रामिंग स्किल्स व ॲनालिटिकल स्किल्सचा विचार आर्टिफिशिअल इंटेलिजन्सचे अल्गोरिदम्स प्रभावीपणे बनवण्यासाठी व वापरण्यासाठी कसा केला जाईल, याकडे पाहणे फार गरजेचे आहे. त्याचे महत्त्वाचे कारण म्हणजे या दोन्ही स्किल्समुळे कोणतीही जटिल समस्या प्रभावीपणे सोडवणे शक्य होते.

भारतीय लोकांचे प्रोग्रामिंग स्किल्स चांगले आहेत, हे आपण जगातील विविध कंपन्यांच्या सीईओ वगैरेंकडून ऐकलेले आहे, पण आता त्याला आर्टिफिशिअल इंटेलिजन्सची नवीन धार लावणे फार गरजेचे आहे. गणित जेव्हा उत्तम असेल तेव्हाच हे शक्य असेल. पूर्वी नमूद केल्याप्रमाणे, गणितातील संकल्पना तर महत्त्वाच्या आहेतच, पण त्याचा रोजच्या व्यवहारातील उपयोग समजून ते गणित वापरता आले पाहिजे, तर त्याचा कोणताही प्रॉब्लेम सोडवण्यासाठी पहिली स्टेप म्हणून उपयोग करता येतो.

एक अनिवार्य मुद्दा पुन्हा अधोरेखित करतो. एखादा प्रॉब्लेम सोडवायचा असल्यास, त्याचे सर्व प्रथम गणिती रूपांतर करावे लागते, तरच तो सोडवणे शक्य

होते. भारतीय शिक्षणक्षेत्र, विद्यापीठे याबाबत फार कमी पडत आहेत. केवळ स्कोअर डोळ्यांसमोर ठेवून अभ्यास केल्यास गणिताचा किंवा त्यातील प्रमेयाचा खरा अर्थ विरून जातो आणि मग आपले विद्यार्थी आणि तंत्रज्ञ नवनवीन शोध लावण्यात, अल्गोरिदम्स बनवण्यात, तसेच प्रॉब्लेम्सचे गणिती रूपांतर करण्यात कमी पडतात.

वर सांगितल्याप्रमाणे ॲनालिसिसशी संबंधित विषय व गणित हे दोन्ही शालेय पातळीवर शिकता येतात. विद्यापीठांतील विद्यार्थी जर अशा विषयांत कमजोर असतील, तर त्यासाठी मात्र गणिती रचनांचा, संकल्पनांचा लवकरात लवकर पुन्हा अभ्यास करणे गरजेचे आहे. विश्लेषणात्मक कौशल्ये वाढवत न्यावी लागतील. त्याला वयाचे बंधन नाही आणि करिअरच्या कोणत्याही टप्प्यावर ते आवश्यकच आहे.

आर्टिफिशिअल इंटेलिजन्स अल्गोरिदम्सच्या टेस्टिंग व वापरासाठी कॉम्प्युटर कोडिंग शिकणे गरजेचे आणि क्रमप्राप्तच आहे. कोड जितका प्रभावी लिहिता येईल, तितकाच अल्गोरिदमसुद्धा अधिक प्रभावी ठरतो. आता त्याची सुरुवात शालेय जीवनापासूनच होणे आवश्यक आहे. त्यासाठी कॉम्प्युटर लॉजिकचा अभ्यास असणेही आत्यंतिक गरजेचे आहे.

आज विविध अभ्यासक्रम ऑनलाईन उपलब्ध आहेत. पायथॉन, मॅटलॅब आदी सॉफ्टवेअर प्रोग्रामिंग प्लॅटफॉर्म्स उपलब्ध आहेत. त्यातून प्रोग्रामिंग शिकणे अजिबात अवघड नाही. आर्टिफिशिअल इंटेलिजन्स अल्गोरिदम्स बनवणारे व वापरणारे असे दोन प्रकारचे कल साधारणपणे नोकरीसाठी येणाऱ्या उमेदवारांमध्ये दिसून येतात. सध्या यात वापरकर्त्यांचे प्रमाण सर्वाधिक आहे, पण लवकरचहा मुद्दा कालबाह्य होण्याची शक्यता आहे.

अल्गोरिदम्स निर्मिती कौशल्याचीही खूपच वानवा आहे, पण अतीव गरज आहे आणि पुढेही राहील. आज चॅटजीपीटी (ChatGPT), जेमिनी (Gemini), परप्लेक्सिटी (Perplexity) अशी टूल्स उपलब्ध झाली आहेत. ती वापरून रिपोर्ट लिहिणे, सारांश व संक्षेप मांडणे, विविध फोटो तयार करणे, काही मर्यादेपर्यंत अगदी साहित्य निर्मिती करणे अशी कामे सहज शक्य झाली आहेत. या साऱ्यामुळे आर्टिफिशिअल इंटेलिजन्सचा वापर प्रचंड प्रमाणात वाढतो आहे. मात्र आर्टिफिशिअल इंटेलिजन्समध्ये करिअर करायचे असल्यास त्यामध्ये

वापरण्यात आलेले अल्गोरिदम्स शिकणे, त्यात बदल करून छोटे मोठे प्रॉब्लेम्स सोडवण्याकडे कल असणे गरजेचे ठरते.

आर्टिफिशिअल इंटेलिजन्स आणि त्या आधारे मशीन लर्निंग अल्गोरिदम्स निर्मितीसाठी वर नमूद केल्याप्रमाणे निसर्गाशी नाते असणे फार गरजेचे आहे. हे समजून घेण्यासाठी वयाची कोणतीच अट नसते. परंतु निसर्ग, गणित व त्याची उपयुक्तता, प्रोग्रामिंग स्किल्स, ॲनालिटिकल स्किल्स याबाबतची परिपक्वता साधारणतः विद्यापीठांतील शिक्षणादरम्यान येऊ लागते. त्यामुळे आज जवळजवळ सर्वच अभ्यासक्रमांत आर्टिफिशिअल इंटेलिजन्स तसेच मशीन लर्निंग अभ्यासक्रमांचा समावेश केलेला आहे.

पण हे अभ्यासक्रम करताना त्यांचे मूळ पदवी अभ्यासक्रमांतले उपयोग शिकवले पाहिजेत व ते समजूनही घेता आले पाहिजेत. त्यामुळे त्या अभ्यासक्रमाचे महत्त्व अधोरेखित होतेच, पण त्यातून विविध प्रॉब्लेम्स सोडवण्याचे मार्गही खुले होतात. पदवी अभ्यासक्रमाच्या साधारण चौथ्या वर्षी एखाद्या इंटेलिजन्ट अल्गोरिदमची सुधारित आवृत्ती बनवता येऊ शकते, त्यातून एखादा महत्त्वाचा प्रॉब्लेम सोडवता येऊ शकतो. मास्टर्स डिग्री अभ्यासक्रमामध्ये साधारणतः एखाद्या आर्टिफिशिअल इंटेलिजन्स अल्गोरिदममध्ये किंवा मशीन लर्निंग अल्गोरिदममध्ये प्रावीण्य मिळवणे शक्य होते. त्यामध्ये हवे तसे बदल करणेही शक्य होते.

पीएच.डी. अभ्यासक्रमात आपल्या कार्यक्षेत्रातील अल्गोरिदम्सचा पुरेसा अभ्यास झालेला असल्याने त्यावेळी संपूर्णपणे नवीन अल्गोरिदम्स बनवणे शक्य आहे. दुसऱ्या बाजूला काही अभ्यासक्रमांना इंजिनिअरिंग किंवा तंत्रज्ञानाची पार्श्वभूमी नसते किंवा तशी गरजही नसते. उदाहरणार्थ, लॉ, आर्ट्स वगैरे. अशा अभ्यासक्रमातील विद्यार्थ्यांनी तर आर्टिफिशिअल इंटेलिजन्स काय आहे हे समजून घेतलेच पाहिजे. त्यासाठी कोणत्याही विशेष क्लास वगैरेची आवश्यकता नाही. साधारणपणे संबंधित यूट्यूब व्हिडिओज व वेबसाइट्स एवढे पुरेसे आहे.

आपण वापरत असलेल्या आर्टिफिशिअल इंटेलिजन्स टूल्सची विश्वासार्हता तपासणे मात्र अत्यंत महत्त्वाचे आहे. उदाहरणार्थ, 'हार्ट' म्हणजे हार्म असेसमेंट रिस्क टूल (Harm Assessment Risk Tool- HART) नावाचे एक आर्टिफिशिअल इंटेलिजन्स आधारित मशीन लर्निंग टूल उपलब्ध आहे. कैद्याला पॅरोलची सुट्टी द्यायची किंवा नाही, याबाबत सल्ला घेण्यासाठी इंग्लंडमधील

न्यायाधीश व तुरूंग अधिकारी हे टूल वापरतात. सल्ला देताना पण हे टूल प्रत्येक सल्ल्यामागील तर्क व कारणेही देते, त्यामुळे निर्णय लवकर, खात्रीचा तसेच निःपक्षपाती होण्यास मदत होते. चॅटजीपीटी किंवा डीपसीकसारख्या टूलनेही एखादा सल्ला दिल्यास त्यामागील कारणमीमांसा देणेसुद्धा अपेक्षित असते. कारण, त्या सल्ल्याचा वापर शेवटी माणसांना, माणसांसाठी करायचा असतो. त्यामुळे आर्टिफिशिअल इंटेलिजन्स शिकणे व वापरणे, म्हणजे डोळे झाकून विश्वास ठेवणे असे नसून त्याचा विचारपूर्वक वापर करणे असा आहे. अर्थात वैध वापराबरोबरच आर्टिफिशिअल इंटेलिजन्सच्या गैरवापराबाबत जागरूकतादेखील आर्टिफिशिअल इंटेलिजन्सच्याच्या शिक्षणाचाच भाग आहे.

डीपफेक व्हिडिओज किंवा ऑडिओज जसे उपयोगी असतात, तसेच प्रचंड घातकही असतात. त्यामुळे बँकिंग, सुरक्षा, सोशल वर्क आदी क्षेत्रांत काम करणाऱ्यांनी सतत जागरूक, सजग असणे महत्त्वाचे आहे. हा झाला वापर-गैरवापराबद्दलचा इशारा.

आज कित्येक देश आर्टिफिशिअल इंटेलिजन्सच्या साधकबाधक वापराबाबत कायदे करत आहेत. हे कायदे देशाच्या व तेथील जनतेच्या फायद्याचेच आहेत याबद्दल शंकाच नाही. फेब्रुवारी २०२५मध्ये झालेल्या पॅरिस येथे झालेल्या 'आर्टिफिशिअल इंटेलिजन्स ॲक्शन समिट'मध्ये फ्रान्सचे पंतप्रधान इमॅन्युएल मॅक्रॉन व भारताचे पंतप्रधान नरेंद्र मोदी यांनी सर्व राष्ट्रांनी एकत्र येऊन जगन्मान्य धोरण ठरवण्यावर भर दिला होता. भारत त्या परिषदेचा सह-यजमान होता. आर्टिफिशिअल इंटेलिजन्स वापरकर्त्यांनी नवीन होणारे कायदे समजून घेतले पाहिजेत, त्याच्या स्वैर वापराचा मोह टाळायला शिकले पाहिजे. थोडक्यात आर्टिफिशिअल इंटेलिजन्सच्या नैतिक व अनैतिक वापराबद्दल सदैव सजग राहणे आवश्यक आहे.

पॅरिस येथे झालेल्या 'आर्टिफिशिअल इंटेलिजन्स ॲक्शन समिट'मध्ये फ्रान्सचे पंतप्रधान इमॅन्युएल मॅक्रॉन व भारताचे पंतप्रधान नरेंद्र मोदी

कोणतेही अल्गोरिदम्स निर्माण करताना ठरावीक उद्दिष्ट असायला हवे, हे मात्र येथे नमूद करणे गरजेचे आहे. समजा, मेकॅनिकल इंजिनिअरिंग संबंधित एखादा प्रॉडक्ट इंटेलिजन्ट अल्गोरिदम्स वापरून डिझाईन करायचा आहे. त्यासाठी आधी त्याविषयीचे संदर्भ तपासणे क्रमप्राप्त ठरते. त्यातून उत्तम डिझाईन तयार करून देणारे काही उपलब्ध अल्गोरिदम्स मिळू शकतात. अशा वेळी, उपलब्ध अल्गोरिदम्स वापरून प्रॉडक्ट डिझाईन करून घेणे, म्हणजेच प्रॉब्लेम सोडवणे अधिक उपयुक्त ठरते. मात्र, असे अल्गोरिदम्स उपलब्ध नसल्यास नवीन इंटेलिजन्ट अल्गोरिदम्स बनवणे सयुक्तिक ठरते. यातूनच स्टार्टअप्ससाठी पूरक ठरू शकणाऱ्या नावीन्यपूर्ण संकल्पना पुढे येतात. कारण प्रत्येक औपचारिक शिक्षणातून नोकरीबरोबरच व्यवसायासाठीची बरीच दालने खुली होतात.

पिण्याच्या पाण्याच्या अपव्यय ही एक मोठी समस्या आहे. पाणी वाया जाण्याचे नेमके कारण शोधण्यासाठी दरवर्षी करोडो रुपये खर्च केले जातात. पुढे दुरुस्तीसाठी त्यापेक्षा कित्येक पटीने अधिक खर्च होतो. आज आर्टिफिशिअल इंटेलिजन्सद्वारे पाण्याची गळती होण्याच्या आगाऊ सूचना मिळणे शक्य होत आहे. गळती झाल्यास विशेष इंटेलिजन्ट अल्गोरिदम्स वापरून ती लगेचच शोधूनही काढता येते.

सांगायचा मुद्दा असा, की आर्टिफिशिअल इंटेलिजन्सचे व्यावहारिक व योग्य उपयोग हे खरोखर एक वरदान आहे. त्यामुळे आर्टिफिशिअल इंटेलिजन्स लवकरात लवकर प्रभुत्व मिळवण्याच्या दृष्टीने पावले टाकणे क्रमप्राप्त आहे.

»»»

प्रकरण ५

एआय गीक होण्यासाठी...

आता रोजच्या व्यवहारांमध्ये मोठ्या प्रमाणात वापरल्या जाणाऱ्या आर्टिफिशिअल इंटेलिजन्समुळे एकीकडे काही क्षेत्रांत रोजगार कमी होण्याची शक्यता असली, तरी कित्येक क्षेत्रांत रोजगार, व्यवसायाच्या संधी प्रचंड वेगाने वाढत आहेत, नवनवीन रोजगार उपलब्ध होत आहेत. अर्थव्यवस्थेला बळकटी देण्यासाठी हे नवे रोजगार हातभार लावत आहेत.

प्रामुख्याने मार्केटिंग, संरक्षण, शिक्षण, वैद्यकीय सेवा, उत्पादने, हवामान, कृषी, बँकिंग, बांधकाम, औषध निर्माण आदी क्षेत्रांत आर्टिफिशिअल इंटेलिजन्समुळे संशोधनसंधी संधी वाढतील, असे चित्र आहे. भारतातील कित्येक छोट्या-मोठ्या सॉफ्टवेअर व इन्फर्मेशन टेक्नॉलॉजी कंपन्या सेवा क्षेत्रांत अग्रणी आहेत. त्यात आर्टिफिशिअल इंटेलिजन्स व ऑटोमेशन येऊ घातल्यामुळे नोकरीच्या संधी कमी झाल्या तरी संशोधनाच्या संधी वाढतील असे तज्ज्ञांना वाटते. त्यामुळे आर्टिफिशिअल इंटेलिजन्सकडे संशोधन क्षेत्रांतील करिअरच्या दृष्टिकोनातून पाहिले पाहिजे.

पूर्वी नमूद केल्याप्रमाणे निसर्गातील बुद्धिमत्ता समजून घेणे ही आर्टिफिशिअल इंटेलिजन्स समजून घेण्याची पहिली पायरी असते. त्यासाठी डोळे उघडे ठेवून मुंग्या, काजवे यांसारखे विविध कीडे व कीटक, पक्षी, माणूस, विविध वनस्पती आदींच्या बुद्धिमत्तेच्या विविध पैलूंचा अभ्यास केला पाहिजे. त्यासाठी संदर्भ

ग्रंथ, रिसर्च पेपर्स समजून घेतले पाहिजेत. आजकाल ऑनलाईन व्हिडिओ, जसे यूट्यूबच्या माध्यमातूनही उपयुक्त माहिती व ज्ञान मिळते. त्याच्या साहाय्याने नैसर्गिक बुद्धिमत्तेचे गणिती रूपांतर समजून घेणे आवश्यक आहे. साधारणपणे या गणिताचा पाया आपल्या सातवी ते नववीच्या अभ्यासक्रमातच घातला जातो. गणिताचा बाऊ न करता त्यामागच्या प्रत्येक संकल्पनेचा तसेच विविध सिद्धांतांचा प्रत्यक्षातील उपयोग समजून घेणे आवश्यक ठरते.

मी स्वतः कित्येक देशांतील विद्यापीठांसोबत काम केलेले आहे, चर्चासत्रांत भाग घेतलेला आहे. त्यातून असे प्रकर्षाने जाणवते, की तेथील विद्यार्थ्यांचे व संशोधकांचे गणिती ज्ञान खूपच दर्जेदार असते. त्यामागील कारणाचा धांडोळा घेतल्यावर त्याची सुरुवात प्राथमिक शालेय शिक्षणात असल्याचे माझ्या लक्षात आले. पुस्तकातील गणिती ज्ञानाला प्रात्यक्षिकाची जोड देऊन कित्येक जटिल समस्या सोडवता येतात. केवळ गुणांच्या मागे लागून गणिताच्या या दुसऱ्या महत्त्वाच्या उपयोगाकडे कानाडोळा होतो. हे टाळता आले पाहिजे. यासाठी धोरणात्मक तसेच वैयक्तिक दृष्टिकोनातून पाहणे गरजेचे आहे. शालेय गणित परीक्षेपुरते मर्यादित न ठेवता त्याचा भौतिक अर्थ समजणे अत्यंत गरजेचे आहे. थोडक्यात, गणिताचा अभ्यास धोपट मार्ग सोडून केला पाहिजे. यासाठी विद्यार्थ्यांबरोबरच शाळा व विद्यापीठांनीसुद्धा अभ्यासक्रमात बदल करणे ही आता काळाची गरज आहे. अन्यथा भारताबाहेरील विद्यापीठे नवनवीन शोध लावत राहतील, आणि आपल्यासारखा, लोकसंख्येचे सरसरी वय साधारणपणे ३० वर्षांच्या आसपास असणारा १४० कोटींचा, देश संशोधनात मागे पडून केवळ एक गिऱ्हाईक म्हणून अन्य देशांच्या उत्पादनांचा वापरकर्ताच राहील.

आर्टिफिशिअल इंटेलिजन्स अल्गोरिदम्सच्या टेस्टिंग व वापरासाठी कॉम्प्युटर कोडींग शिकणे गरजेचे आणि क्रमप्राप्तच आहे. कोड जितका प्रभावी तितकाच अल्गोरिदम्ससुद्धा प्रभावी. त्याची सुरुवात शालेय जीवनापासूनच होणे आता आवश्यक आहे. त्यासाठी कॉम्प्युटर लॉजिकचा अभ्यास असणेसुद्धा आत्यंतिक गरजेचे आहे. त्यासठी वेगवेगळे ऑनलाइन अभ्यासक्रम आता सहज उपलब्ध आहेत.

कित्येक विद्यार्थी सिव्हिल, मेकॅनिकल, इलेक्ट्रिकल, तसेच इतर इंजिनिरिंग व विज्ञानाशी संबंधित क्षेत्रांत कार्यरत आहेत किंवा उत्तम करिअरच्या संधी शोधत

आहेत. त्यांच्या या डोमेन नॉलेज बरोबर आर्टिफिशिअल इंटेलिजन्सचे ज्ञान हा एक उत्तम मार्ग आहे, हे आवर्जून सांगायला हवे. डोमेन नॉलेज म्हणजे एखाद्या व्यक्तीला असणारे त्याच्या विषयाचे मूलभूत व समकालीन ज्ञान.

जगभरातील कित्येक उद्योगांना आज डोमेन नॉलेज बरोबर आर्टिफिशिअल इंटेलिजन्सचे ज्ञान असणाऱ्या प्रतिभावंत उमेदवारांची नितांत गरज आहे. मात्र, काहीवेळा उद्योग त्यासाठी उत्तम मोबदला द्यायला तयार असतोनाही असे उमेदवार सहजासहजी मिळत नाहीत, हीदेखील वस्तुस्थिती आहे.

या संधीचा लाभ घेण्याच्या दृष्टीने तयारी करण्याला प्राधान्य द्यायला हवे उदाहरणार्थ, बँकिंग क्षेत्रात आता कॉमर्स बरोबरच सायबर सिक्युरिटीबाबतचे ज्ञान व कौशल्य असल्यास ती आता प्राधान्याची बाब झाली आहे. वेगाने बदलणाऱ्या जगात रोजगारक्षम होण्याची सुरुवात गणित व त्याचे उपयोग, कॉम्प्युटर कोडींग, आदी शिकण्यापासून केली पाहिजे. शाळा व महाविद्यालयांनी तर यामुद्द्यावर युद्धपातळीवर काम केले पाहिजे.

आज गिग इकॉनॉमी (Gig Economy) ही संकल्पना वास्तवात येताना दिसत आहे. गिग इकॉनॉमीमध्ये केवळ कौशल्य असणाऱ्या उमेदवारांनाच ठरावीक काळासाठी, प्रोजेक्ट सुरू असेपर्यंत, काम मिळेल. प्रोजेक्ट संपला की काम संपले. त्यामुळे नवीन नवीन तंत्रज्ञान आत्मसात करत राहणे, पुस्तकांतून मिलवलेले ज्ञान सतत अद्ययावत ठेवत राहणे, शिक्षकांनी व प्राध्यापकांनी नवनवीन प्रयोग करणे, शाळांनी, महाविद्यालयांनी व विद्यापीठांनी तसे धोरण आखणे व अंमलबजावणी करणे, याला पर्याय राहिलेला नाही.

भारत सरकारच्या नव्या शैक्षणिक धोरणानुसार आता विद्यार्थ्यांना इंटर्नशिप अनिवार्य आहे. विद्यापीठांनी डोमेन नॉलेज बरोबर आर्टिफिशिअल इंटेलिजन्सचा वापर करणाऱ्या कंपन्यांकडे विद्यार्थ्यांना इंटर्नशिप करण्यासाठी उद्युक्त केले पाहिजे, जेणेकरून त्यांच्या करिअरसाठी त्या इंटर्नशीपचा थेट फायदा मिळू शकेल.

आताच्या काळात रोजगार मिळवण्या इतकेच रोजगाराच्या संधी निर्माण करणेही महत्त्वाचे आहे. आर्टिफिशिअल इंटेलिजन्स संबंधित स्टार्टअप्सना प्रचंड वाव असल्याने अनेक संशोधनात्मक उद्योग उभारले जात आहेत. महत्त्वाचे म्हणजे, त्यासाठी लागणारी गुंतवणूक इतर उद्योगांच्या तुलनेत खूपच कमी आहे. विद्यार्थांनी व पालकांनी त्याकडे लक्ष ठेवून पुढील वाटचाल व वेळेची गुंतवणूक

करणे महत्त्वाचे ठरेल. 'मेक इन इंडिया', 'स्टार्ट-अप-इंडिया' या सर्व उपक्रमांसाठी नावीन्यपूर्ण विचारपद्धतीची गरज असते, याचाही विचार सर्वच स्तरावर गरजेचा ठरतो आहे.

आज भारत आर्टिफिशिअल इंटेलिजन्समध्ये आत्मनिर्भर होऊ पाहत आहे. त्यासाठी आपली गरज आहे ती सिलिकॉन चिप्सची. त्यासाठी सध्या आपण संपूर्णपणे अमेरिका व तैवानवर अवलंबून आहोत. अस्थिर भू-राजकीय परिस्थिती व जीवघेणी स्पर्धा पाहता आपण त्यादृष्टीनेदेखील स्वयंपूर्ण होणे अत्यंत गरजेचे आहे.

गुजरात व आसाममध्ये चिप्स उद्योग येऊ घातले आहेत. त्यासाठी कॉम्प्युटर इंजिनिअरबरोबरच अत्यंत कुशल इलेक्ट्रॉनिक्स व मेकॅनिकल इंजिनीअरटीही गरज अगदी नजीकच्या भविष्यातच भासणार आहे. या अत्यंत महत्त्वाच्या उद्योगांसाठी रोजगारक्षम असण्यासाठी आपल्या तरुणांना काही कौशल्ये आत्मसात करणे आवश्यक आहे. अत्याधुनिक उत्पादन पद्धतींचा आणि त्यांच्या वापराचा अभ्यास हा त्या कौशल्यांचा एक भाग आहे. सध्या अमेरिकेतील एएमडी, ॲमेझॉन, गूगल, एनवीडिया या कंपन्या अशा चिप्स बनवण्याच्या प्रयत्नात आहेत. अशा कंपन्यांतील कामाचा अनुभव खूप मोलाचा ठरू शकतो.

इंजिनिरिंग किंवा विज्ञानाचा अभ्यास करताना शिकवले जाणारे अनेक विषय केवळ स्कोअरिंगपुरतेच असल्याचे विद्यार्थ्यांवर ठसवले जाते. स्टॅटिस्टिक्स म्हणजे सांख्यिकी किंवा संख्याशास्त्र हा त्यातील असात एक अत्यंत महत्त्वाचा विषय. स्टॅटिस्टिक्समध्ये विविध तंत्रांचा व पद्धतींचा अभ्यास केला जातो. माहितीचे किंवा डेटाचे विश्लेषण करण्याकरिता, तसेच त्या विश्लेषणावरून निष्कर्ष काढण्याकरता त्यांचा उपयोग होतो. उपलब्ध डेटामधील ठरावीक पॅटर्न शोधून त्यावरून भविष्यातील संभाव्य घटनांचा अंदाज बांधता येतो. त्यावरून आगाऊ उपाय योजना करता येतात.

आजवर कित्येक पारंपरिक सॉफ्टवेअर्स बनवण्यात आलेली आहेत. परंतु जसजसे माहितीचे किंवा डेटाचे प्रमाण वाढत आहे, तसे त्याचे प्रकारही वाढत आहेत. फोटो, व्हिडिओ, टेक्स्ट आदींमुळे उपलब्ध माहितीची जटिलता वाढत आहे. या माहितीच्या विश्लेषणासाठी आर्टिफिशिअल इंटेलिजन्सआधारित मशीन लर्निंग अल्गोरिदम्स वापरण्यात येतात. त्यांचे मूळ स्टॅटिस्टिक्समध्ये असते. त्यामुळे मशीन लर्निंग शिकण्यासाठी किंवा त्यामध्ये काम करण्यासाठी स्टॅटिस्टिक्सचा पाया

भक्कम असणे गरजेचे आहे. विद्यापीठे तसेच माध्यमिक शाळांमधून विद्यार्थ्यांना त्यासंदर्भातील प्रोजेक्ट्स देऊन स्टॅटिस्टिक्सचा पाया भक्कम करणे शक्य आहे. सांख्यिकी तंत्रांचा व पद्धतींचा वापर सुयोग्य वापर शिकण्याबरोबर विद्यार्थ्यांना आता या तंत्रांचे व पद्धतींचे कॉम्प्युटर प्रोग्रामिंग करता आले पाहिजेत. तयार सॉफ्टवेअर टूल्सपेक्षा स्वतः बनवलेले कॉम्प्युटर प्रोग्रॅम्स अधिक प्रभावी ठरतात. आलेल्या उत्तराची कारणमीमांसा व तर्क त्याद्वारे अधिक प्रभावीपणे मांडणे शक्य होते.

अमेरिका, भारत, पाकिस्तान व नेपाळ या देशांत २०२० सालापासून टिकटॉकवर संपूर्ण बंदी आहे. पण त्यानंतर भारतात अशी किती ॲप्स किंवा प्लॅटफॉर्म्स निर्माण झाले याकडे आपण लक्ष दिले पाहिजे आणि त्यासाठी पावलेही उचलली पाहिजेत. फेसबुक, लिंक्डइन सारखे किती प्लॅटफॉर्म्स बनवले याकडे आपण पहिले पाहिजे. सोशल मीडियाच्या मागील दशकात आपली संधी हुकली, पण आता राजकीय इच्छाशक्ती आणि आयटी कंपन्यांची साथ मात्र गरजेची आहे.

कुशल व कार्यक्षम इंजिनिअर जर पुरेसे नसतील तर ती गरज लक्षात घेऊन अभ्यासक्रम आखणे, दर्जेदार प्राध्यापकांना, संशोधकांना संधी देणे हेच महत्त्वाचे आहे.विद्यार्थ्यांना केवळ प्रयोग वह्या व जर्नल्स भरण्याच्या कारकुनी कामात गुंतवून त्यांचे हजारो तास वाया घालवण्यापेक्षा त्यांच्या सर्जनशीलतेकडे लक्ष देऊन जोपासण्याकडे लक्ष असणे ही गिग इकॉनॉमीच्या या काळाची गरज आहे.

गेले कित्येक दशके कित्येक देश आपल्याकडे एक ग्राहक बाजारपेठ म्हणून पाहत आहेत. त्यांना आपली उत्पादने इथे विकायची आहेत. काही देशांसाठी मात्र आपण कुशल मनुष्यबळ उपलब्ध असणारी, संधी असणारी आणि संपूर्ण जगाचे सारथ्य करण्याची ताकद असणारी एक ज्ञानाची खाण आहोत. आता आपण ग्राहक म्हणून जगायचे, की सारथी म्हणून नेतृत्व करायचे, हे आपल्याला ठरवायचे आहे.

आर्टिफिशिअल इंटेलिजन्समुळे नोकऱ्या धोक्यात आल्या असे म्हणताना ते तंत्रज्ञान स्वतःच निर्माण करण्याला महत्त्व देण्याचा दृष्टीकोन हवा. वर म्हटल्याप्रमाणे 'मेक इन इंडिया', 'स्टार्ट-अप-इंडिया'साठी स्वदेशी उत्पादने तसेच स्वदेशी आर्टिफिशिअल इंटेलिजन्स अल्गोरिदम्सचीसुद्धा गरज आहे.

आज चीन, जपान, दक्षिण कोरिया, तैवान यांसारखे देश देशांतर्गत उद्योगांत स्वतः बनवलेले आर्टिफिशिअल इंटेलिजन्स अल्गोरिदम्स वापरू लागले आहेत. तर मग भारतासारख्या देशात हे नक्कीच अशक्य नाही.

»»»

प्रकरण ६

परदेशातील एआय स्टार्टअप्स व व्यवसाय

मानवाचे मन सतत नवनवीन विचारात मग्न असते. काही तरी नवीन करण्याचे, रचण्याचे प्रयत्न सतत सुरू असतात. मानवी हाताच्या वैशिष्ट्यपूर्ण रचनेने त्याला सर्जनशील व निर्मितिक्षम केले. त्यातूनच नवनवीन उत्पादने, उद्योग निर्माण झाले. एकोणिसाव्या शतकात औद्योगिक क्रांतीमुळे त्याला वेग आला. बरेच उद्योग व व्यवसाय यशस्वीही झाले. काही वेळा अपयश आले, तरी मानवी सर्जनशील प्रयत्नांत कधी खंड पडला नाही.

साधारणपणे १९७०च्या दशकात अमेरिकेत नावीन्यपूर्ण संकल्पनेवर आधारित व्यवसाय सुरू झाले. सॉफ्टवेअर निर्मिती, सिलिकॉन चिप्स उद्योगांसाठी पूरक असे हे व्यवसाय होते. जग एकविसाव्या सतकाच्या उंबरठ्यावर असताना इतरही अनेक व्यवसायांमध्ये असा उद्योगांचा ट्रेंड सुरू झाला. त्याला 'स्टार्टअप' असे नाव मिळाले. बाजारात नवीन उत्पादने, किंवा एखाद्या वस्तू किंवा उपकरणांमध्ये महत्त्वाचे बदल घडवून मोठी उलाढाल करून आणता येऊ शकते, अशी त्यामागील साधारण प्रेरणा आहे. कित्येक मोठे व्यावसायिक, भांडवलदार अशा नावीन्यपूर्ण संकल्पनेवर आधारित स्टार्टअप्स व व्यवसायांसाठी निधी उपलब्ध करून देऊ लागले. त्याचे महत्त्वाचे कारण म्हणजे, एक तर ते खूप मोठ्या उद्योगाची एक

प्रकारे छोटी व प्राथमिक टप्प्याची नांदी असू असते. नेत्रदीपक यश मिळवणाऱ्या स्टार्टअप्सना 'युनिकॉर्न' असे संबोधण्यात येऊ लागले. युनिकॉर्न हे अतिदुर्मीळ यशाचे एक प्रतीक समजले जाते.

आज स्टार्टअप्सचे पेव फुटले आहे. त्यातले काही यशस्वी आहेत, तर काही फार मोठी मजल मारू शकलेले नाहीत. कॉम्प्युटरच्या, सॉफ्टवेअरच्या किमती, माहिती साठवण्याचा व प्रोसेस करण्यासाठी लागणारा वेग वाढल्यामुळे नावीन्यपूर्ण संकल्पना असणाऱ्या कोणालाही स्टार्टअप्स व्यवसाय कमी खर्चात करणे शक्य होते आहे. विविध देशांतील सरकारेही स्टार्टअप्ससाठी भांडवल पुरवायला पुढे येत आहेत.

आजच्या घडीला जगातील सर्वाधिक स्टार्टअप्स आर्टिफिशिअल इंटेलिजन्सवर आधारित समस्या सोडवण्यावर भर देत आहेत. सरकारेही त्यासाठी अनुकूल आहेत. याचे महत्त्वाचे कारण म्हणजे, या तंत्रज्ञानामुळे वाढीला लागलेले ऑटोमेशन व विविध संसाधनांची होणारी बचत. आर्टिफिशिअल इंटेलिजन्सच्या क्षेत्रात करिअरच्या दृष्टीने नोकरीपेक्षाही अधिक उत्तम आज काही असेल तर तो म्हणजे स्टार्टअप व्यवसाय. आर्टिफिशिअल इंटेलिजन्सची सामाजिक व औद्योगिक स्वीकृती हे त्याचे एक कारण. स्टार्टअप्स यशस्वी होण्याची शक्यता त्यामुळे वाढलेली आहे, असे मानले जाते. आणि खरोखरच या क्षेत्रात कित्येक स्टार्टअप्स यशस्वी झालेले आहेत.

त्यातील काही पथदर्शक स्टार्टअप्सचा एक आढावा घेऊ -

१. अमेरिकी कॉम्प्युटर शास्त्रज्ञ फेई फेई ली यांनी २०२४मध्ये सुमारे तीन अब्ज रुपये गुंतवून सुरू केलेले 'वर्ल्ड लॅब' स्टार्टअप, जनरेटिव्ह आर्टिफिशिअल इंटेलिजन्स टूल्सचा वापर करून एखाद्या फोटोतील विविध गोष्टींचे ३-डी वातावरणात केवळ एका सेकंदाच्या वेळेत रूपांतर करते. मुख्य म्हणजे त्यातील सर्व गोष्टींचा आकार, त्यांची लांबी, रुंदी, खोली आदी सर्व एकमेकांशी सापेक्ष असतात. त्यामुळे या ३-डी वातावरणातील प्रत्येक वस्तूला अर्थ प्राप्त होतो. महत्त्वाचे म्हणजे, या वातावरणातून फेरफटकासुद्धा

मारता येतो. चित्रपट आणि गेम्स निर्मिती तसेच सिम्युलेशनमध्ये अशा ३-डी वातावरणाचा उपयोग आता होत आहे.

२. 'फोटोरूम' ॲप नावाचे पॅरिसमधील स्टार्टअप जनरेटिव्ह आर्टिफिशिअल इंटेलिजन्स टूल्सचा वापर करून कोणत्याही फोटोतील वस्तू वेगवेगळ्या ठिकाणी बसवणे, एखाद्या वस्तूच्या मागे असलेले विविध रंग किंवा त्या रंगांच्या छटा बदलणे, त्यामागील वस्तू बदलणे, नको असलेल्या वस्तू काढून टाकणे आदी गोष्टी अगदी लीलया करू शकते. महत्त्वाचे म्हणजे फोटोरूम जुन्या, अस्पष्ट झालेल्या फोटोंचा दर्जा सुधारून पुन्हा नव्यासारखे फोटोसुद्धा बनवून देते.

३. जर्मनीमधील बर्लिन स्थित 'फोटो प्रिझम' स्टार्टअप मशीन लर्निंग आधारित सॉफ्टवेअर फोटो किंवा व्हिडिओंचे त्यातील माणसे, वस्तू वगैरेंवरून वर्गीकरण करते. फोटोतील एखादी महत्त्वाची खूण ओळखून ती कोणत्या देशात कोठे आहे तेसुद्धा शोधून काढते.

'ओपन एआय' या स्टार्टअपने 'डाल ई' नावाचे ॲप बनवले आहे. हे ॲप दिलेल्या सूचनांप्रमाणे फोटो तयार करून देते. उदाहरणार्थ, एखाद्या अंतराळवीराचा पांढऱ्या घोड्यावरचा फोटो. यात क्लिप आणि डिफ्युजन अशी दोन तंत्रे वापरण्यात येतात. क्लिप हे तंत्र गूगलवरील सर्व फोटो, त्यांसंबंधीचे लिखाण, त्यांचे स्थान आदींचे संबंध गणिती स्वरूपात मांडते. म्हणजे त्यासंबंधी सूचना आल्यास हे ॲप हुबेहूब नवीन फोटो बनवून देते. पुढे डिफ्युजन तंत्र वापरून त्याचा दर्जा सुधारते. त्यामुळे अत्यंत कल्पक व उच्च दर्जाचे फोटो सहज उपलब्ध होतात.

४. हार्वर्ड विद्यापीठातून डॉक्टरेट मिळवलेले डॅनिअल नाडलर यांनी २०२२मध्ये अमेरिकेतील मायामी येथे 'ओपन एव्हिडन्स' नावाचे स्टार्टअप सुरू केले. वैद्यकीय क्षेत्रात दररोज शेकड्याने रिसर्च पेपर्स प्रकाशित होत असतात. त्यांचा मागोवा घेऊन, त्यातील महत्त्वाची व योग्य ती माहिती समजून

घेऊन त्या माहितीचा रुग्णांवरील उपचारांसाठी वापरता येणे डॉक्टरांसाठी खूप गरजेचे असते. पण वेळेअभावी ते शक्य नसते. डॉक्टरांनी सांगितलेल्या लक्षणांवरून आर्टिफिशिअल इंटेलिजन्स अल्गोरिदम्स चॅटजीपीटीप्रमाणेच विविध रिसर्च पेपर्समधून संबंधित निदान, उपचार पद्धती, औषधे आदी सुचवतात. त्यामागील कारणेही नमूद करतात. आज अमेरिकेतील जवळजवळ ४० टक्के डॉक्टर ही सुविधा मोफत वापरत आहेत. दर महिन्याला ८५ लाखांहून अधिकवेळा उपचारांमध्ये ओपन एव्हिडन्सचा वापर होतो, असे सांगितले जाते. ओपन एव्हिडन्सच्या निष्कर्षांची अचूकता चॅटजीपीटीपेक्षा अधिक आहे, असा कंपनीचा दावा आहे.

डॅनिअल नाडलर

वैद्यकीय क्षेत्रासंबंधी असे अनेक स्टार्टअप्स आज उभे राहत आहेत. वैद्यकीय संभाषणाचा सारांश बनवणारे 'अब्रिज', वैद्यकीय चिकित्सा व त्यासंदर्भातील रिपोर्ट तयार कारण्यासंबंधित सेवा देणारे 'विव्होडाईन' व 'टेनर', रेडिओलॉजीशी संबंधित 'रॅड एआय' अशी काही उदाहरणे देता येतील.

५. कॅलिफोर्नियातील एका स्टार्टअपने विकसीत केलेले 'प्ले एचटी' हे मोबाईल ॲप लिखित मजकूर मानवी आवाजात, विशेषतः ९००पेक्षा जास्त विविध प्रकारच्या आवाजांत रूपांतरित करून देते. ह्या ॲपचा वापर आज 'न भूतो...' असा वाढतो आहे. त्याचे महत्त्वाचे कारण म्हणजे हे ॲप १४२पेक्षा अधिक विविध भाषांत बोलू शकते. यूझर यात स्वतःचा आवाजही देऊ शकतो. त्यामुळे एखाद्याच्या आवाजात कोणत्याही लेखी मजकूर ऐकता व ऐकवता येऊ शकतो.

'प्लॉड एआय' या स्टार्टअपने 'प्लॉड नोट' नावाचे मोबाईल फोनसारखा व्हॉईस रेकॉर्डर बनवला आहे. मीटिंग सुरू असताना हे ॲप मीटिंगमध्ये ठेवता येते. मीटिंग संपताच प्लॉड नोट १००हून अधिक भाषांत मीटिंगचे मिनिट्स म्हणजेच महत्त्वाचे मुद्दे, सारांश, अभिप्राय आदी तयार करून देते. महत्त्वाचे म्हणजे एका चार्जिंगमध्ये ३० तासांचे संभाषण यात होऊ शकते.

‘ऑटर एआय’ही विविध ऑनलाईन बैठकांचा सारांश तयार करून देते. ते करतांना त्यातील प्रेझेन्टेशन, ऑडिओ रेकॉर्डिंग आदींचा समावेशही त्या सारांशात करते.

अमेरिकेतील सिएटलस्थित ‘हाय स्पॉट’ स्टार्टअपचे को-पायलट आधारित ॲप सेल्स व मार्केटिंगसाठी अत्यंत उपयुक्त ठरते आहे. कंपनीच्या संबंधित अधिकाऱ्यांना मार्केटिंगबाबत अद्ययावत माहिती सतत पुरवत राहणे, कोणत्या बाबींवर कमी अधिक लक्ष पुरवणे गरजेचे आहे, प्रशिक्षणासाठी कोठे गरज आहे वगैरे माहिती प्रत्येक मिनिटाला पुरवण्याचे काम हाय स्पॉट करते.

कॅलिफोर्नियातीलच ‘सुनो एआय’ नावाचे स्टार्टअप म्हणजे संगीत ऐकणाऱ्या व बनवणाऱ्यांसाठी पर्वणी आहे. या सॉफ्टवेअर प्लॅटफॉर्मवर युझरने त्यांला कसे गाणे हवे आहे त्याचे वर्णन दिल्यावर, ते दोन ते तीन मिनिटांत संपूर्ण गाणे संगीत व वाद्यमेळासह बनवून दिले जाते.

६. विविध स्टार्टअप्सनी वाहनांसाठीही विविध प्रकारची ॲप विकसीत केली आहेत. ट्रकची देखभाल, त्यात होणारे संभाव्य बिघाड आदींसाठी ‘मोटीव्ह’ या स्टार्टअपने बनवलेले सॉफ्टवेअर ट्रकच्या प्रत्येक भागावर नजर ठेवते. मुख्य म्हणजे ड्रायव्हरला विश्रांती मिळाली आहे की नाही याच्या नोंदी ठेवते, किंवा गाडी चालवताना गुंगी येत असल्यास त्याला सतर्क करते. यातून सुरक्षेची हमी तर मिळतेच, पण देखभालीचा खर्चदेखील वाचतो. आतापर्यंत १० लाखांहून अधिक ट्रक ड्रायव्हर्सने त्याचा वापर केला आहे, असे सांगितले जाते.

७. सिंगापूर स्थित ‘डॉकसुमो’ स्टार्टअपने बनवलेले मशीन लर्निंग सॉफ्टवेअर, अपलोड केलेल्या कागदपत्रांचे विश्लेषण करून त्यातून त्यात दिलेल्या वस्तूंची यादी बनवते, इनव्हॉईस समजून घेते, त्यातून गरजेची माहिती काढून देते. तसेच बँक स्टेटमेंट, कर्ज व टॅक्स संबंधी कागदपत्रेही समजून

घेऊ शकते, व त्यांचे विश्लेषण करते. त्यांचा सारांश बनवून हवे असल्यास टेबल स्वरूपात मांडून देते. युझर जसे हे ॲप वापरत जाईल तसे शिकत जाते व प्रगल्भ बनत जाते, हे महत्त्वाचे.

८. अमेरिकेतील ऑकलँडस्थित 'एलिसिट एआय' नावाच्या स्टार्टअपने बनवलेले मशीन लर्निंग आधारित ॲप संशोधकांसाठी प्रचंड महत्त्वाचे ठरत आहे. हे ॲप संशोधकाने विचारलेल्या प्रश्नाशी संबंधित संदर्भ शोधून देते. तसेच त्या संदर्भ ग्रंथांचा सारांशदेखील देते. त्याचबरोबर हे संदर्भ ग्रंथ विचारलेल्या प्रश्नाशी किती जवळचे आहेत, हेसुद्धा सांगते.

९. दैनंदिन आयुष्याशी निगडित समस्या सोडवण्यासाठीही विविध प्रकारची ॲप आहेत. कचऱ्याची समस्या जगातील सर्वांत जटिल सामाजिक समस्यांपैकी एक आहे. त्यासाठी मानवी हात व वेळ कमी पडत आहेत. अमेरिकेतील कोलोरॅडो येथील 'एएमपी' या स्टार्टअप कंपनीने त्यावर प्रभावी उपाय काढला आहे. बेल्टवरून जाणाऱ्या कचऱ्याचे मशीन व्हिजनवर आधारित वर्गीकरण करण्यात येते. रोबोट्स त्यातून प्लास्टिक, मौल्यवान व इतर धातू, विघटन करण्यायोग्य पदार्थ व वस्तू आदींचे वर्गीकरण करून वेगवेगळ्या खोक्यांमध्ये टाकतात. यातून एका रोबोटच्या माध्यमातून एका मिनिटाला साधारणपणे दीडशे वस्तू वेगळ्या करता येतात. एक माणूस एक मिनिटाला जास्तीतजास्त ४० वस्तूंचे वर्गीकरण करू शकतो. हा फरक येथे महत्त्वाचा आहे. तसेच मानवाचा आणि कचऱ्याचा थेट संबंध कमी येण्यास मदत होते हेही महत्त्वाचे.

१०. 'स्प्रिंगहेल्थ' हे अमेरिकेतील मानसिक संतुलन व स्वास्थ्य या संदर्भातील स्टार्टअप आहे. २०१६मध्ये सुरू झालेल्या या कंपनीतील प्रत्येक कर्मचाऱ्याला त्याच्या पार्श्वभूमीनुसार लागणारे प्रशिक्षण,

थेरपी, औषधोपचार आदी सुचवते. हे ॲप वैद्यकीय क्षेत्रातील सर्व मानके, मापदंड व नैतिकता पाळून सल्ला देते, हे महत्त्वाचे.

११. ऑस्ट्रेलियामधील शास्त्रज्ञ एनग्युएन आणि त्यांच्या टीमने 'ऑटोफ्लो' नावाचे इंटेलिजन्ट सॉफ्टवेअर बनवले आहे. मशीन लर्निंगच्या आधारे काम करणारे हे सॉफ्टवेअर, वॉटर मीटरमधून सेन्सर्सचा वापर करून पाण्याच्या वापराचे वर्गीकरण करते. शॉवर, टॉयलेट, कूलर, डिश वॉशर, बागेसाठी पाणी अशा वर्गीकरणांचा त्यात समावेश होतो. पाण्याचा पुरवठा किती झाला व त्याचा वापर किती झाला याचे कोष्टक ग्राहकाच्या मोबाईल व कॉम्प्युटरवर उपलब्ध करून दिले जाते. विशेष म्हणजे, साधारणपणे तितकेच लोक असलेल्या कुटुंबामध्ये किती पाण्याचा वापर होतो व ऑटोफ्लो सॉफ्टवेअर वापरणाऱ्या घरात किती होतो आहे याची तुलनासुद्धा मिळते. त्यानुसार पाणी वापरणाऱ्यांना पाणी वापराचे टार्गेट सेट करण्यात मदत करते. त्यानुसार रोजच्या वापराप्रमाणे हे सॉफ्टवेअर सूचना देत जाते. यातून पाण्याची बचत व योग्य वापर होणे शक्य आहे. सर्वात महत्त्वाचे म्हणजे, पाण्याच्या गळतीचासुद्धा अंदाज यावरून लावता येतो. संशोधकांच्या दाव्यानुसार या सॉफ्टवेअरची अचूकता ९० टक्क्यांहून अधिक आहे. यामुळे पाण्याचा सुयोग्य पद्धतीने वापर करणे शक्य होत आहे. ऑस्ट्रेलियन वॉटर असोसिएशनच्या एका नियतकालिकामध्ये यासंबंधीची आकडेवारी देणारा लेखही उपलब्ध आहे.

पाणी वितरणाच्या नेटवर्कमध्ये सतत पाहणी, नियमित देखभाल, दुरुस्ती आदींमुळे सर्वसाधारण खर्च कमी करता येऊ शकतो. पण बिघाड होण्याच्या बऱ्याच आधीच सूचना मिळणे व दुरुस्ती करणे यातून पाण्याचा व पैशाचा प्रचंड अपव्यय टाळता येऊ शकतो. जलाशयापासून ते प्रत्यक्ष पाणी वापराच्या जागेपर्यंत विविध ठिकाणी सेन्सर्स बसवले जाऊ शकतात. हे सेन्सर्स पाण्याचा विशिष्ट आवाज, प्रवाहाचे प्रमाण, तापमान, दाब, कंपने वगैरे मोजत असतात.

आजच्या डिजिटल युगात इंटरनेट ऑफ थिंग्स (आयओटी- IOT) व मशीन लर्निंग अल्गोरिदम्सचा वापर करून या माहितीचा अचूक अर्थ लावता येणे शक्य होत आहे. त्यातून येणाऱ्या निष्कर्षांवरून कोणत्या जागी पाण्याची गळती आहे हे तात्काळ शोधता येऊ शकेल तसेच त्यानुसार संबंधित व्हॉल्व बंद करता येतील व पुढील दुरुस्ती करता येईल. अशीच प्रणाली रहिवासी भागांमध्ये बसवता येईल व तेथील पाण्याचा गळतीमुळे होणार अपव्यय थांबवता येईल.

असे अनेक स्टार्टअप्स आज विविध देशांत उभारले जात आहेत. त्यातील यशस्वी होणाऱ्या ॲपची संख्या बऱ्यापैकी कमी असली तरी आर्टिफिशिअल इंटेलिजन्समुळे वाढणारे ऑटोमेशन व विविध संसाधनांची होणारी बचत यामुळे या व्यवसायांनी मिळणाऱ्या भांडवलाचे प्रमाण वाढेल यात शंका नाही.

याव्यतिरिक्तही अशी शेकडो क्षेत्रे आहेत जिथे नवनवीन स्टार्टअप्स येऊ पाहत आहेत. त्यातून सामाजिक समस्या सोडवण्यावर भर देणाऱ्यांची संख्याही वाढेल अशी आशा करूया.

»»»

प्रकरण ७

भारतातील विद्यमान एआय स्टार्टअप्स व व्यवसाय

आधीच्या प्रकरणात म्हटल्याप्रमाणे साधारणपणे १९७०च्या दशकात अमेरिकेत नावीन्यपूर्ण संकल्पनेवर आधारित व्यवसाय म्हणजे स्टार्टअप्स सुरू झाले. बाजारात नवीन उत्पादन आणणे किंवा एखाद्या वस्तू किंवा उपकरणामध्ये बदल करून मोठी उलाढाल घडवून आणणे, अशी साधारणपणे स्टार्टअप्समागील प्रेरणा आहे. आजच्या घडीला इतर विकसित देशांबरोबरच भारतातही स्टार्टअप्सचा बोलबाला आहे. या क्षेत्रात सध्या आपण चीन किंवा अमेरिकेच्या तुलनेत जरी बरेच मागे असलो तरी आपल्याकडील स्टार्टअप्सची संख्या कमी नाही.

या प्रकरणात आपण भारतातल्या काही प्रातिनिधिक व यशस्वी स्टार्टअप्सचा थोडक्यात आढावा घेऊया. हे स्टार्टअप्स संरक्षण, वाहतूक, वैद्यकीय, शेती, किरकोळ व घाऊक व्यवसाय आदींच्या संदर्भातील आहेत.

पूजा आणि प्रशांत वारीअर यांचे 'क्युअर एआय' नावाचे स्टार्टअप विविध देशांतल्या दुर्गम भागातील लोकांसाठी एक्स-रे व्हॅन पुरवते. या व्हॅनमध्ये क्षय रोगाच्या रुग्णांसाठी विशेष सुविधा असतात. व्हॅनमध्ये काढलेल्या एक्स-रेचे डीप लर्निंग सॉफ्टवेअर वापरून लगेचच विश्लेषण केले जाते. त्यानुसार औषधोपचार लवकर मिळण्यास मदत होते. बंगळुरूस्थित 'वयासा' नावाचे स्टार्टअप मानसिक

आरोग्य संदर्भात सल्ला देते. मानसिकदृष्ट्या आधाराची गरज असलेल्या लोकासांठी वयासाचा चॅट बॉट आज मोलाचा आधार ठरतो आहेच, त्याशिवाय ह्या ॲपच्या स्वरूपात त्यांना एक महत्त्वाचा व जवळचा मित्रही मिळतो आहे.

पूजा आणि प्रशांत वारीअर

डॉक्टरांकडे एकाच आजाराचे बरेच रुग्ण येत असले तरी त्या प्रत्येकाला त्याच्या प्रकृतीप्रमाणे व वैद्यकीय इतिहासाप्रमाणे उपचार द्यावे लागतात. बंगळुरू येथील महेश हरिहरन यांनी सुरू केलेले 'स्ट्रॅन्ड लाईफ सायन्सेस' स्टार्टअप मशीन लर्निंग अल्गोरिदम्स वापरून डॉक्टरांना रुग्णाचा संपूर्ण वैद्यकीय इतिहास तसेच त्या आजारासाठी आजपर्यंत उपचार केलेल्या विविध रुग्णांच्या केसेस बरोबर तुलना करून त्यातील साधर्म्यदेखील अधोरेखित करते. त्याआधारे संबंधित डॉक्टरांना रुग्णावर लवकर आणि अधिक आत्मविश्वासाने उपचार करता येतात. रणदीप सिंग, शैलेश पिठानी व पवन जैन यांनी त्यांच्या 'डॉक्सपर' स्टार्टअपमध्ये डिजिटल पेन विकसित केले आहे. हे पेन वापरणारे डॉक्टर जेव्हा प्रिस्क्रिप्शन लिहितात, तेव्हा ती सर्व माहिती या पेनातून डॉक्टरच्या मोबाईल ॲपमध्ये पाठवली जाते. शिवाय हे ॲप त्या माहितीची व रुग्णाच्या इतिहासाची सांगड घालून योग्य विश्लेषणही करून देते, आणि वेगवेगळ्या स्वरूपांत त्याची मांडणीदेखील करते.

लॉजिस्टिक्स व्यवसायातील डिलिव्हरी एजंट सदैव प्रवासात असतात. त्यांचा नेमका ठावठिकाणा माहिती असणे कंपनीच्या दृष्टीने महत्त्वाचे असतेच, पण ग्राहकाच्या दृष्टीनेदेखील तेवढेच गरजेचे असते. निशित रस्तोगी व गीत गर्ग यांचे शारजाह स्थित 'लोकस एआय' स्टार्टअप त्यासाठी उपयुक्त आहे. जेव्हा काही माल पाठवायचा असतो, तेव्हा इंटेलिजन्ट अल्गोरिदम्स जेथून माल पाठवायचा आहे ते ठिकाण व ता जिथे पोहोचवायचा आहे ते ठिकाण यासंदर्भातील सर्व आवश्यक बाबींचा विचार करून डिलिव्हरी

निशित रस्तोगी व गीत गर्ग

करण्यासाठी सुयोग्य एजंटची नेमणूक करते. यातून डिलिव्हरीचा खर्च व त्यासाठी लागणारा वेळ यांचे मेळ घातला जातो. मनीषा रायसिंघानी व ध्रुवील संघवी यांचे 'लॉगीनेक्स्ट' स्टार्टअपही असेच विविध आर्टिफिशिअल इंटेलिजन्स अल्गोरिदम्स, तसेच मशीन लर्निंग अल्गोरिदम्स वापरून मालाची डिलिव्हरी करणाऱ्या एजंट्ससाठी उपयुक्त ठरते आहे. लॉगीनेक्स्टही प्रत्येक डिलिव्हरी एजंटच्या ट्रकची सामान वाहून नेण्याची क्षमता, सध्याचे ठिकाण, एकूण रहदारी, बजेट वगैरे विचार करून कमीतकमी वेळ व कमी खर्च असणारे मार्ग निवडून देते. या कंपनीचा कारभार आता अमेरिका, सिंगापूर आदी देशांतही विस्तारला आहे.

भारतातील मालाची अंतिम किंमत कमीतकमी ठेवण्यात, तसेच 'मेक इन इंडिया', 'आत्मनिर्भर भारत' सारख्या उपक्रमांत अशा स्टार्टअपचे योगदान अत्यंत महत्त्वाचे आहे.

चित्तरंजन जेना, कृष्णा कुमार व कुणाल प्रसाद

भारताची सध्याची लोकसंख्या १४० कोटींहून अधिक आहे. जगाची लोकसंख्या २०५० सालापर्यंत ९५० कोटींहून अधिक होण्याचा अंदाज आहे. त्या दृष्टीने पृथ्वीवरील संसाधनांचा कमीतकमी वापर करणे अत्यावश्यक ठरते आहे. कृषी उत्पन्न हा त्यातील एक कळीचा मुद्दा आहे. कमीतकमी जमिनीत जास्तीतजास्त टिकाऊ पद्धतीने शेतमाल पिकवण्याची गरज आहे. चित्तरंजन जेना, कृष्णा कुमार व कुणाल प्रसाद यांचे 'क्रॉपइन'नावाचे बंगळुरूस्थित स्टार्टअप यासाठी काम करते. हवामान, मातीचा पोत, पिकांवरील रोग, उत्पन्नाचा अंदाज, जवळचा बाजार आदी घटकांचे विश्लेषण शेतकऱ्यांना मोबाईल ॲपवर उपलब्ध होते. त्यामुळे शेती व उत्पन्न या संबंधीच्या प्रत्येक बाबींवर लक्ष ठेवता येते.

चेन्नईस्थित सुरेंदर गौनदार यांचे 'टँगो एआय' स्टार्टअप मोठी डिपार्टमेंटल स्टोअर तसेच मॉलसाठी अत्यंत उपयुक्त असे इंटेलिजन्ट मशीन व्हिजन व डीप लर्निंगवर आधारित सॉफ्टवेअर बनवते. डिपार्टमेंटल स्टोअर किंवा मॉलमधील सीसीटीव्ही कॅमेऱ्यांत दिसणाऱ्या लोकांचे साधारण वय, लिंग, ते किती वेळ स्टोअरमध्ये घालवतात याचे विश्लेषण करून हे सॉफ्टवेअर तक्त्यांच्या स्वरूपात मांडून देते. स्टोअरच्या कोणत्या भागात जास्त गर्दी असते, कोणत्या भागात

कमी गर्दी असते तेही व्हिडिओ व तक्त्यांच्या स्वरूपात दाखवते. कर्मचाऱ्यांच्या कामावर येण्याच्या व जाण्याच्या वेळा आणि कोणत्या वेळेला कोणता कर्मचारी स्टोअरच्या कोणत्या भागात आहे, कोणते काम करत आहे, याचीही माहिती ह्या हे सॉफ्टवेअरकडून मिळते. ग्राहकाला किती वेळात सेवा मिळते याचे विश्लेषण देताना एखादी संशयास्पद हालचालदेखील तत्काळ सुरक्षा रक्षकांच्या नजरेस आणून देण्याचे महत्त्वपूर्ण कामही टँगो एआयचे सॉफ्टवेअर करते.

बेंगळुरूस्थित समीर जोशी यांचे 'न्यू स्पेस रिसर्च अँड टेक्नॉलॉजीज' नावाचे स्टार्टअप, ऑगमेंटेड रिॲलिटी, व्हर्च्युअल रिॲलिटी व मशीन लर्निंग आदींचा वापर संरक्षण क्षेत्रासाठी लागणाऱ्या रोबोट्स व ड्रोन्ससाठी करते. जागतिक पातळीवरील एकंदरीत अशांतता व संघर्ष पाहता, भारताला आज अशा कित्येक स्टार्टअप्सची गरज आहे.

समीर जोशी

कारखान्यांमधील यंत्रे ऑपरेटर्स व इंजिनिअर्सशी बोलतात असे पूर्वी म्हटले जायचे. पण आता आर्टिफिशिअल इंटेलिजन्समुळे यंत्रे एकमेकांशीदेखील बोलू लागली आहेत. डेरेक होजे, कृष्णन रमण आणि श्रीकांत मुरलीधर यांच्या 'फ्लुटुरा' या स्टार्टअपने बनवलेला 'सेरेब्रा' हा इंटेलिजन्ट अल्गोरिदम उत्पादन क्षेत्रातल्या कंपन्यांतील मशीन्सना 'आयआयओटी' तंत्राच्या साहाय्याने एकमेकांशी बोलते करतो. यामुळे प्रत्येक यंत्रामधून इतर यंत्रांना माहिती मिळत राहते. त्यातून झालेला किंवा संभाव्य बिघाड, त्यामुळे होणारा उशीर अशा कित्येक बाबींची माहिती वेळेत मिळते, आणि वेळ व खर्च वाचतो.

कचरा व्यवस्थापन ही भारतातील जवळजवळ सर्वच शहरांसाठी मोठी समस्या ठरते आहे. त्याचे गांभीर्य दिवसेंदिवस वाढतच आहे. कचरा गोळा करणे, त्याचे वर्गीकरण करणे वगैरे कामांमध्ये गुंतलेल्या लोकांना अनेक गंभीर आजारांना सामोरे जावे लागते. हे लक्षात घेऊन, जितेश दादलानी व संदीप सिंग यांनी कचरा व्यवस्थापनाठी गुजरातमध्ये 'ईशित्व' नावाने स्टार्टअप सुरू केला. यात बेल्टवरून जाणाऱ्या कचऱ्यातून धातू, प्लॅस्टिक असे

जितेश दादलानी व संदीप सिंग

घटक ओळखून, त्याचे त्वरित वर्गीकरण करून ते वेगवेगळ्या डब्यांमध्ये टाकला जातो. यात कचऱ्याच्या वर्गीकरणाचा वेग कितीतरी पटींनी वाढतोच शिवाय त्या कामातल्या लोकांच्या आरोग्यावरही विपरीत परिणाम होत नाहीत.

लहान मुलांची व स्त्रियांची सुरक्षा हा भारतातील तसेच जगभरातील जवळजवळ सर्वच देशांसाठी आजही महत्त्वाचा मुद्दा आहे. मशीन लर्निंगवर आधारित 'सेफ्टीपिन', 'सावधान' अशी काही मोबाईल ॲप सध्या बाजारात उपलब्ध आहेत. एखाद्या शहरातील एखाद्या भागात घडलेल्या बऱ्या-वाईट घटनांचे अनुभव, गर्दीच्या वेळा आदींचे विश्लेषण करून ही ॲप स्त्रियांसाठी प्रवासाचे वेगवेगळे सुरक्षित मार्ग सुचवतात; शहरातील एखादे ठिकाण, विशिष्ट वेळ टाळण्याचाही सल्ला देतात. काही अप्रिय घटना घडण्याचे संकेत मिळताच मोबाईलवरील हे ॲप एका क्लिकवर ॲक्टिव्हेट करून लगेचच आजूबाजूचे आवाज, ठिकाण वगैरे रेकॉर्ड करणे सुरू करता येते. हे सर्व रेकॉर्डिंग ॲप वापरणाऱ्या व्यक्तीच्या पालकांपर्यंत किंवा जवळच्या व्यक्तींपर्यंत पोचवले जाते, त्यांच्याशी संपर्कही साधला जातो.

मेंदूच्या हालचालींवर लक्ष ठेवणाऱ्या 'इमोटीव्ह'सारख्या सिस्टिमचा यासाठी उपयोग होऊ शकतो. ही प्रणाली भीती, काळजी, आनंद असा भावनांचे वर्गीकरण करत असल्याने त्याचा वापर योग्यवेळी अलर्ट देण्यात नक्कीच होऊ शकतो. सुरक्षा यंत्रणांसाठीही शहरातील असुरक्षित, कमी सुरक्षित वगैरे ठिकाणांचा आढावा घेण्यासाठी ही ॲप उपयोगी पडू शकतात. स्त्रियांवर अत्याचार झाल्यास मिळणाऱ्या डीएनएच्या गुणधर्मावरून, संरचनेवरून संशयिताची 'कुंडली' मांडणारे इंटेलिजन्ट सॉफ्टवेअर आता अमेरिकेतील सुरक्षा यंत्रणा वापरत आहेत. अमेरिकेसारख्या विविध वंशांचे लोक राहणाऱ्या देशात अत्यंत उपयोगी ठरत आहे. यामुळे अनेक गंभीर व क्लिष्ट गुन्ह्यांचा वेळेत छडा लावणे शक्य होते आहे. अर्थात, अशा सॉफ्टवेअरचा योग्य कारणासाठीच वापर अपेक्षित आहे.

मुख्य म्हणजे अशी इंटेलिजन्ट सॉफ्टवेअर कित्येक तज्ज्ञांचे अनुभव, पूर्वीची प्रकरणे, वस्तुस्थिती आदींचा उपयोग करून सल्ला किंवा अनुमान देते. त्यामुळे, अननुभवी अधिकाऱ्यांसाठी ही सॉफ्टवेअर्स एक मोलाचा सल्लागार ठरू शकतात. गुन्हे रोखले गेल्यास, वेळेत तपास झाल्यास आणि न्याय प्रक्रियेला मदत झाल्यामुळे सुरक्षा यंत्रणांचा आणि न्यायपालिकांचा बहुमोल वेळ वाचू शकतो.

आर्टिफिशिअल इंटेलिजन्सचा उपयोग करून गुन्हेगारी रोखणे, सुरक्षा यंत्रणा बळकट करणे या क्षेत्रातही संशोधनाच्या अनंत संधी उपलब्ध होत आहेत. आपल्याकडील अनुभवी तसेच तरुण संशोधक त्यामध्ये मोलाचे योगदान देऊ शकतात.

फॅशन आणि त्यासंबंधीत उद्योगांना स्पर्धेत टिकण्यासाठी दागिन्यांची, वस्त्रप्रावरणांची नवनवीन डिझाईन्स करत राहणे कायमच आवश्यक असते. दागिने बनवणारे कारागीर वेगवेगळ्या पद्धतीने विविध आकारांची व रंगांची बहुमोल रत्ने, हिरे, खडे हाताने एकमेकांना जोडून दागिन्यांचे विविध आकर्षक व सुंदर नमुने बनवत असतात. हे सर्व काम अत्यंत नाजूक, कठीण, वेळखाऊ आणि अत्यंत निगुतीने करावे लागते.

आता अनेक कॉम्प्युटर प्रोग्रॅम्सच्या मदतीने हे काम जलद गतीने होऊ शकते. परंतु, वेगवेगळी रत्ने, हिरे, खडे फक्त जास्तीतजास्त प्रमाणात एखाद्या छोट्याशा पदकात किंवा दागिन्याच्या एखाद्या भागात जडवल्याने दरवेळी सुंदर व आकर्षक नमुने बनतीलच असे नाही. त्यातच अशा एका सेटमधून लाखो प्रकारचे नमुनेही बनू शकतात. त्यातून निवडक योग्य नमुने शोधणे अत्यंत जिकरीचे व वेळकाढूपणाचे असते.

भारतातील मायक्रोसॉफ्ट कंपनीतील संशोधकांनी असे नमुने बनवणारे आर्टिफिशिअल इंटेलिजन्सवर आधारित मशीन लर्निंग अल्गोरिदम्स बनवलेले आहे. खडे, रत्ने वापरण्याला या संशोधकांनी एक पॅकिंग प्रॉब्लेम मानले. तो सोजवण्यासाठी त्यांनी १०५ वेगवेगळ्या रत्नांचे फोटो घेतले. आकारानुसार मग ही रत्ने २० प्रकारांत विभागली गेली. एका छोट्या लटकन किंवा पेंडंटसाठी त्यांनी या १०५ रत्नांतून ठरावीक रत्ने निवडून ती जोडून घेतली. हे करताना मशीन लर्निंग अल्गोरिदम्स रत्नांचा सुंदर मिलाफ, प्रमाण, एकसंधपणा, समतोलपणा वगैरेंचादेखील विचार केला गेला. त्यासाठी, पहिले रत्न किंवा खडा पॅकिंग कंटेनरमध्ये ठेवल्यानंतर अल्गोरिदमकडून साधारणपणे त्याच आकाराचा दुसरा खडा निवडला जातो. अशा रीतीने पॅकिंग कंटेनरमधील खड्यांची संख्या वाढत गेल्यावर पुढील खडा आधीच्या खड्यांच्या साधारण सरासरी इतक्या आकाराचा निवडला जातो. त्याचबरोबर, कोणत्या खड्यासमोर किंवा त्याच्या विरुद्ध दिशेला कोणत्या प्रकारचा खडा बसवला तर रंग व आकाराचा समतोल साधला जाईल याचा विचारही हा अल्गोरिदम करतो.

अशा तऱ्हेने मशीन लर्निंग अल्गोरिदम्स एका पॅकिंग कंटेनरसाठी हजारो डिझाईन्स केवळ काही सेकंदात रचून देतात. त्यातील प्रमाणबद्ध असणारी किंवा एकसंधपणा, समतोल साधला गेलेली डिझाईन्सच निवडली जातात. मायक्रोसॉफ्टच्या प्राथमिक प्रयोगांच्या आधारे अशा रितीने तयार झालेल्या डिझाईनपैकी साधारणपणे ६० टक्के डिझाईन बाजारात आणली जाण्याच्या योग्यतेची आहेत, असे दिसून आले आहे. सध्या जयपूरमधील कित्येक कारागीर हे अल्गोरिदम्स वपरत असले, तरी या तंत्रज्ञानावरील संशोधन अजून संशोधन सुरू आहे. मात्र अल्गोरिदम्स वापरल्याने या कारागिरांना डिझाईन तयार करण्यासाठी लागणारा वेळ वाचतो आहे, शिवाय चोखंदळ ग्राहकांसाठी नवनवीन डिझाईन सहज उपलब्ध होत आहेत, आणि या सगळ्याचा एकत्रित परिणाम थेट विक्रीचे प्रमाण वाढण्यावर होत आहे.

आर्टिफिशिअल इंटेलिजन्स संबंधीच्या जेवढ्या संधी नोकरीच्या स्वरूपात उपलब्ध आहेत, त्याच्या कित्येक पट अधिक संधी स्टार्टअपमध्ये आहेत. कोणतेही क्षेत्र याला अपवाद नाही. नव्या संकल्पना, जटिल समस्यांवरील उत्तरे हे जितके महत्त्वाचे आहे, तितकेच संस्थापकांचे कामातील गांभीर्य व सातत्य महत्त्वाचे आहे. यात काही कमीजास्त झाल्यास त्याचा व्यवसायावर विपरीत परीणाम होऊ शकतो.

नावीन्यपूर्ण संकल्पना सत्यात आणण्यासाठी धडपडणाऱ्या तरुणांना आता बँका आणि सरकारी धोरणांचेही बळ आहे. महत्त्वाचे म्हणजे स्टार्टअपमधून रोजगार निर्मितीही होते आहे. वरील नमूद केलेले स्टार्टअप प्रातिनिधीक असले तरी यशस्वी आहेत.

खेळ, राजकारण, शिक्षण, वाहतूक अशा अनेक क्षेत्रांत आर्टिफिशिअल इंटेलिजन्स, मशीन लर्निंग वापरणारे स्टार्टअप निर्माण होणे आवश्यक आहे. केवळ डिलिव्हरी ॲप वगैरे बनवून रोजगार तयार होत असतील, पण त्या रोजगाराचे महत्त्व, नावीन्याकडेही लक्ष द्यायला हवे.

»»»

प्रकरण ८

विविध क्षेत्रांसाठी एआय

आर्टिफिशिअल इंटेलिजन्सचा वापर होत नाही असे कोणतेही क्षेत्र आज नाही. येथे सर्वच क्षेत्रांबाबत चर्चा शक्य नसली तरी काही प्रमुख क्षेत्रांवर नजत टाकली तरी आर्टिफिशिअल इंटेलिजन्सच्या वापराची व्याप्ती किती प्रचंड आहे दिसून येते.

स्मार्ट सिटी ही संकल्पना गेल्या काही वर्षांत इतर देशांप्रमाणे भारतातही मूळ धरू लागली आहे. अत्याधुनिक वाहतूक व्यवस्था, पाणी, वीज, तसेच इतर संसाधनांचा सुयोग्य वापर करणे, उद्याने विकसित करणे, नागरिकांच्या विविध समस्या विकेंद्रित पद्धतीने कमीतकमी वेळेत सोडवणे, निम्न आर्थिक गटातील लोकांना परवडणारी घरे बांधणे, नागरिकांच्या सुरक्षेसाठी कॅमेऱ्यांचे जाळे विकसित करणे असे अनेक उपक्रम स्मार्ट सिटी संकल्पनेचा समाविष्ट असतात.

शिक्षण, रोजगार अशा कारणांमुळे अनेक मोठ्या शहरांच्या लोकसंख्येत सतत भर पडत असते. लोकसंख्या वाढते तसे नागरी वस्त्यांमध्ये निर्माण होणाऱ्या कचऱ्याचे प्रमाणही वाढते; आणि स्वच्छता व वाढत्या कचऱ्याचे व्यवस्थापन महत्त्वाचे होते. सार्वजनिक स्वच्छतेशिवाय स्मार्ट सिटी ही संकल्पना प्रत्यक्षात उतरू शकत नाही.

फिनलंडमधील झेन-रोबोटिक्स कंपनीचे इंटेलिजन्ट रोबोट्स कचरा व्यवस्थापनासाठी अत्यंत वेगाने काम करणारे कॉम्प्युटर्स व मशीन लर्निंग अल्गोरिदम्सचा उपयोग करतात. बेल्टवरून जाणाऱ्या कचऱ्याचे फोटो काढले जातात व मशीन लर्निंग अल्गोरिदम्स या फोटोंचे विश्लेषण करून कचऱ्याचे प्रकार नक्की करतात. ठरावीक आकार, रंग, जाडी आदींवरून वस्तू धातूची आहे की कागदी आहे वगैरे ओळखून हे रोबोट्स त्या वस्तू उचलून संबंधित बिनमध्ये टाकतात. स्पेनमधील सदाको कंपनीचे रोबोट्स व अल्गोरिदम्स प्रामुख्याने पुनर्वापर होणारे प्लास्टिक शोधतात.

अमेरिकेतील एएमपी रोबोटिक्स या कंपनीने बनवलेले इंटेलिजन्ट रोबोट्स मशीन लर्निंग अल्गोरिदम्सच्या साहाय्याने फूड पॅकिंगसाठी वापरलेली पुठ्ठ्यांची खोकी कचऱ्याच्या बेल्टवरून ओळखून वेचण्याचे काम करतात. हे रोबोट्स एका मिनिटामध्ये ६० खोकी शोधण्याचे काम जवळ जवळ शंभर टक्के अचूकतेने करतात. मशीन लर्निंग अल्गोरिदम्सना खोक्यांचा साधारण आकार, वास, रंग अशी माहिती दिलेली असते. पोलंडमधील बिन-ई नावाच्या कचरा व्यवस्थापन कंपनीने स्मार्ट कचरापेट्या तयार केल्या आहेत. सेन्सर्स व मशीन लर्निंग तंत्रज्ञानाने सुसज्ज असलेले ह्या कचरापेट्या ओला कचरा, सुका कचरा, शिवाय काचा, कागद, धातू, प्लास्टिक आदी ओळखून त्याचे वर्गीकरण करतात.

ऑस्ट्रियामधील वेस्टबॉक्स नावाच्या कंपनीने ओला-उबेरच्या धर्तीवर आर्टिफिशिअल इंटेलिजन्सआधारित ॲप तयार केले आहे. एखाद्या बांधकामावरील अधिकाऱ्याने कचऱ्याचा साधारण प्रकार, वजन अशी माहिती दिल्यावर हे ॲप त्या साईटपासून जवळ असलेले कचरा वाहतूक करणारे ट्रक शोधते. ट्रकमधील रिकामी जागा व क्षमता तसेच त्यात अगोदर असलेल्या कचऱ्याच्या प्रकारानुसार ठरावीक ट्रकच्या ड्रायव्हरला सूचित केले जाते. यात वाहतुकीचा खर्च वाचतो व कचरा वाहतुकीमुळे होणारे प्रदूषणही कमी होण्यास मदत होते.

प्रदूषण कमी करण्यासाठी आता आर्टिफिशिअल इंटेलिजन्सचा उपयोग अपरिहार्य होताना दिसत आहे. हे उपयोग अजूनही प्राथमिक स्वरूपात असले, तरी

प्रदूषण शोधणे, ते मोजणे, प्रदूषणाचे आगाऊ अंदाज बांधणे आदी सर्व बाबींमध्ये आर्टिफिशिअल इंटेलिजन्सचे अगदी नजीकच्या भविष्यातील योगदान अत्यंत मोलाचे ठरू शकते.

चीनमधील १६१ पैकी १४५ शहरांत विविध ठिकाणी सेन्सर्स बसवून गेल्या अनेक वर्षांपासून प्रदूषणाचे आकडे मोजले जात आहेत. लंडनमधील सातोशी सिस्टिम्स, लोबोरो विद्यापीठ आणि चीन मधील शेंझेन इन्स्टिटट्यूट आदींनी मिळून केलेल्या संशोधनाने प्रदूषणाचा अंदाज बांधता येणे शक्य होऊ लागले आहे. शहरातील विविध भागातील प्रदूषणाच्या पातळ्यांचे दोन तास ते दोन दिवसांपर्यंचे अंदाज बांधता येऊ लागले आहेत.

इंग्लंडमधील प्रतिष्ठित साउदम्प्टन विद्यापीठातील डॉ. अलेक्सान्ड्रोस झेनोनोस यांनी एक अत्यंत महत्त्वाचे संशोधन केलेले आहे. सामान्य नागरिकांनाही या संशोधनात सामावून घेतले गेले आहे. डॉ. झेनोनोस यांनी बॅटरीवर चालणारे आकाराने छोटे, वजनाने हलके प्रदूषण मोजणारे सेन्सर्स तयार केले. त्यांनी हे सेन्सर्स शहरात ठरावीक ठिकाणी बसवण्याऐवजी नागरिकांच्या ताब्यात दिले. हे स्वयंसेवक घराबाहेर पडल्यावर सेन्सर्स सुरू करतात. मोजलेले प्रदूषणाचे आकडे विद्यापीठातील सर्व्हरकडे पाठवले जातात. आर्टिफिशिअल इंटेलिजन्सआधारित अल्गोरिदम्स या माहितीचे विभागवार वर्गीकरण करून प्रदूषणाची पातळी निश्चित करतात. यामुळे प्रदूषणाचे त्या ठरावीक काळातले प्रत्यक्ष मूल्यमापन व निरीक्षण शक्य होते आहे.

जागतिक आरोग्य संघटनेच्या एका ताज्या अहवालानुसार जगातील साधारणपणे १६ कोटी लोक आपत्तीप्रवण क्षेत्रांत राहतात. परंतु सध्याची एकंदरीत परिस्थिती पाहता ही संकटे आता हळूहळू प्रत्येक देशात, राज्यात, शहरात, गावात येऊ पाहत आहेत. आपत्कालीन सेवा, तसेच आपत्ती निवारण विभागांवर या सर्वांचा प्रचंड ताण तर येतो, काहीवेळा हे सारे त्यांच्या क्षमतांबाहेरही जाते. असा आणीबाणीच्या परिस्थितीत आर्टिफिशिअल इंटेलिजन्स एक भरवशाचा सहकारी व मित्र असू शकतो.

उदाहरणार्थ, २०११मध्ये जपानच्या फुकुशिमा आण्विक ऊर्जा केंद्राचा महत्त्वाचा भाग भूकंपामुळे उद्‌ध्वस्त झाला होता. युक्रेनमधील चेर्नोबिल येथेही १९८६मध्ये स्फोट झाला होऊन तेथे किरणोत्सर्ग सुरू झाला होता. अशा अपघातांच्या ठिकाणी जाणे माणसांसाठी अत्यंत घातक असते. येथे इंटेलिजन्ट रोबोट अत्यंत उपयोगाचे ठरतात. मी स्वतः असे इंटेलिजन्ट सॉफ्ट रोबोट बनवले आहेत. ते थव्याने अशा धोकादायक भागात जाऊन पाहणी करतात, फोटो घेतात, माहिती गोळा करतात आणि सर्वजण एकत्रितपणे बाहेर येतात. महत्त्वाचे म्हणजे, दुर्घटनाग्रस्त आस्थापनांमधील सर्व प्रकारच्या वस्तूंपासून दूर राहण्याची क्षमताही या बॉट्समध्ये असते.

रिमोट सेन्सिंग तंत्रज्ञानाने उपग्रहांकडून मिळणाऱ्या छायाचित्रांचा अभ्यास करून भूकंप, पूर तसेच वणव्यांमुळे होणाऱ्या नुकसानीचा अंदाज घेणे आता नवीन नाही. परंतु, नुकसानीची नेमकी जागा, तिथे झालेली जीवितहानी, चिखल किंवा राडारोड्याचे प्रमाण वगैरेंची कमीतकमी वेळेत माहिती मिळणे अत्यंत आवश्यक असते. जपानमधील होक्काइडो भागात २०१८मध्ये झालेल्या प्रचंड भूस्खलनाची नेमकी माहिती केवळ काही मिनिटांमध्ये मिळवण्यात मशीन लर्निंग तंत्राची मोठी मदत झाली होती. उपग्रहांकडून मिळालेल्या छायाचित्रांचे विशेलेषण करून मिळवलेली ही माहिती जवळजवळ ९३ टक्के इतके अचूक होते, हे विशेष. असेच तंत्रज्ञान २०११मध्ये जपानमधील तोहोकू येथे झालेल्या भूकंपाच्यावेळीसुद्धा वापरण्यात आले होते. हे तंत्र उपलब्ध नसण्याच्या काळात छायाचित्रांच्या अशा विश्लेषणासाठी अनेक दिवस लागत असत.

जगभरात अनेक ठिकाणी वाढत्या लोकसंख्येबरोबरच वाढणाऱ्या गुन्हेगारीशी लढणेही नेहमीच महत्त्वाचे असते. आर्टिफिशिअल इंटेलिजन्सच्या वापराने गुन्हेगारी रोखण्यात, गुन्हे घडण्याची शक्यता सूचित करण्यात सुरक्षा यंत्रणांना मोलाची मदत होऊ शकते. मशीन लर्निंग अल्गोरिदम्सवर आधारित असलेली सॉफ्टवेअरही आधी घडलेल्या गुन्ह्यांच्या पद्धतींवरून पुढील गुन्हा घडण्याच्या शक्यता वर्तवतात. त्यामुळे, संबंधित यंत्रणा सतर्क होऊ शकतात.

इस्राईलमधील 'कोर्टिका' या स्मार्ट सिटी संबंधातील एका कंपनीने सीसीटीव्ही

चित्रीकरणातून मिळणाऱ्या माहितीचे विश्लेषण करणारे सॉफ्टवेअर बनवले आहे. हे सॉफ्टवेअर गर्दीतील लोकांचे चेहरे ओळखते, गर्दीच्या किंवा जमावाच्या वर्तनाची तऱ्हा, हालचाली ओळखून गुन्ह्याची शक्यता आणि गुन्ह्याच्या संभाव्य स्वरूपाचा अंदाज बांधून संबंधित विभागाला सतर्क करते. इंग्लंडमधील डरहॅम शहरातील न्यायालयात वापरल्या जाणाऱ्या 'हार्ट' या सॉफ्टवेअरबद्दल आपण आधी वाचले आहेच.

बांधकाम क्षेत्रही आर्टिफिशिअल इंटेलिजन्सच्या वापराला अपवाद नाही. *हार्वर्ड बिझिनेस रिव्ह्यू* या नियतकालिकाच्या सर्वेक्षणानुसार जगातल्या जवळजवळ ३५ टक्क्यांहून अधिक बांधकाम कंपन्यानी आता त्या दृष्टीने पावले टाकण्यास सुरुवात केली आहे.

आर्किटेक्ट व इंजिनिअरांनी ठरवलेल्या परिमाणांनुसार सॉफ्टवेअरच्या साहाय्याने घरांची, मोठ्या गृहप्रकल्पांची मॉडेल्स तयार होतात. परंतु, प्लम्बिंग, इलेक्ट्रिकल वगैरे तज्ज्ञांच्या स्वतंत्र ब्लूप्रिंटच्या आधारे घरांचे आकार, पाणी जाण्याचे मार्ग, विजेचे जाळे, वातानुकूलन यंत्रणा आदींचा ताळमेळ घालत मॉडेल्स बनवणे प्रचंड जटिल काम असते. मशीन लर्निंगचा वापर करणारे 'बिम' नावाचे इंटेलिजन्ट सॉफ्टवेअर यासाठी आर्किटेक्ट, इंजिनिअरांना उपयोगी पडते.

सार्वजनिक वाहतूक हे अतिश्रीमंतांपासून अत्यंत गरीब माणसापर्यंत सर्वांशी जोडलेले आणखी एक क्षेत्र. कॉम्प्युटर तंत्रज्ञान, रडार, जीपीएस, विविध सेन्सर्स आणि आर्टिफिशिअल इंटेलिजन्सद्वारे वाहने संचालित करणे आता सफल होताना दिसत आहे. किंबहुना, प्रवासी तसेच मालवाहतूक करणाऱ्या वाहनांच्या प्रवासाचे मार्ग आधीच ठरवणे, गरजेनुसार त्यात बदल करणे, टॅक्सीपूलिंग वाढवणे, वाहतूक दिव्यांचे नियमन करणे यासाठी नव्या तंत्रज्ञानाला सध्या पर्यायही दिसत नाहीये. वाहतूक सुरळीत ठेवण्यात या तंत्रज्ञानाची मोठी मदत होते.

आता या सगळ्याबरोबरच चालकांवरही लक्ष ठेवणाऱ्या इंटेलिजन्ट सिस्टिम विकसीत होत आहेत. चालकाला गुंगी आल्यास, चालकाचे लक्ष विचलीत झाल्यास ह्या सिस्टिम तत्काळ त्याला सावध करतात. अशा परिस्थितीत वाहन चालकरहित मोडवर जाते व वाहनाचा ताबा सिस्टिम स्वतःकडे घेते.

जपान, सिंगापुर, दुबईमध्ये स्वयंचलित टॅक्सी आलेल्या आहेत. प्रवाशाने फक्त कोठे जायचे आहे ते सांगायचे. टॅक्सी त्याला त्या ठिकाणी नेऊन सोडते.

सध्यातरी या टॅक्सी ठरावीक मार्गावरच चालत असल्याने त्यांचा वापर मर्यादित आहे. गूगलची 'वेमो' नावाची स्वयंचालित टॅक्सी सर्विस अमेरिकेतील फिनिक्स शहरात लोकप्रिय होत आहे. रस्त्यावरून जाताना ३६० अंशात बसवलेले कॅमेरे, रडार जीपीएस आदींवरून माहिती मिळवत प्रवास करणारी ही टॅक्सी आर्टिफिशिअल इंटेलिजन्सचे अत्यंत उत्कृष्ट उदाहरण आहे.

घराची साफसफाई करणारा रोबोट आपण प्रत्यक्षात किंवा टीव्हीवर नक्कीच पहिला असेल. ह्या रोबोटच्या सेन्सर्सबरोबरच, विविध कॅमेरे आणि त्यातून मिळणाऱ्या सभोवतालच्या माहितीचा योग्य अर्थ लावणे आर्टिफिशिअल इंटेलिजन्समुळे शक्य झाले आणि हा रोबोट आणखी स्मार्ट झाला. आता हा रोबोट खोली साफ करण्यापूर्वी खोलीचा आकार, कपाटे, जिने, पायऱ्या आदी अडथळे समजून घेऊ शकतो. कोणत्या भागात अधिक स्वच्छतेची गरज आहे, कोणते भाग जास्त व लवकर खराब होतात, हे सर्व समजून घेऊन त्याचे काम करतो.

जर्मनीमधील एका कंपनीने नवीन आर्टिफिशिअल इंटेलिजन्स कॅमेरा सिस्टिम बनवली आहे. या सिस्टिमला घरातील प्रत्येक माणसाचा चेहरा, साधारण शारीरिक ठेवण आदी माहिती दिलेली असते. घरात येणाऱ्या नेहमीच्या तसेच फेसबुकसारख्या सोशल माध्यमातूनदेखील आपल्या आप्तांना, मित्रमंडळींना ही सिस्टिम समजून घेते, त्यांच्या येण्याच्या साधारणपणे वेळाही समजून घेत असते. या मंडळींशिवाय घरामध्ये किंवा घराच्या आवारात कोणी शिरले असेल तर मालकाला किंवा पोलिसांना ताबडतोब सूचना दिली जाते.

दक्षिण कोरियासारख्या देशात आर्टिफिशिअल इंटेलिजन्स वापरून नदीवरील पुलांच्या देखरेखीसाठी तसेच नजीकच्या भविष्यात उद्भवणाऱ्या संभाव्य दोषांचे व बिघाडाचे आगाऊ अंदाज घेऊन दुरुस्ती केली जाते. याच धर्तीवर, घरांमध्ये वापरता येईल अशा प्रणालींवर संशोधन सुरू आहे. अशी एक्स्पर्ट सिस्टिम घरातील विविध उपकरणांमधील बिघाडाचे आगाऊ निदान करून त्याप्रमाणे

दुरुस्ती करणाऱ्याला योग्य त्या सूचना देईल. विविध देशांतील पाणी वितरणामध्ये तसेच ऑइल रिफायनरीमध्ये अशा प्रणालींचा वापर होतो.

गेल्या अनेक दशकांपासून जगातल्या अनेक भागांत माणसे आणि वन्य प्राण्यांमधले संघर्ष वाढताना दिसत आहेत. वाढणारी लोकसंख्या, नैसर्गिक संसाधनांचा अधिकाधिक वापर, अवैध शिकार, प्रदूषण, खाणकाम आदींचा अत्यंत विपरीत परिणाम वन्यजीवनावर होतो आहे.

एकीकडे स्वित्झर्लंडस्थित आंतरराष्ट्रीय निसर्ग संवर्धन संघटनेच्या अहवालानुसार जगातील २७ हजारांहून अधिक प्राणी, पक्षी व वनस्पती नामशेष होण्याच्या मार्गावर आहेत, तर दुसरीकडे पर्यावरण रक्षणावर देखरेख करणाऱ्या सध्याच्या पद्धती खूपच तोकड्या आहेत. त्यांना राजकीय, भौगोलिक आणि तांत्रिकही मर्यादा आहेत.

वन्यप्राणी गणनेच्या पारंपरिक पद्धतीमध्ये प्राण्यांच्या पायाचे ठसे, फोटो, व्हिडिओ शूटिंग, आदींचा वापर करतात. नंतर या सर्व माहितीचे विश्लेषण करणे, अंदाज बांधणे, वर्गीकरण करणे वगैरे अत्यंत् महत्त्वाचे असते आणि ते वेळखाऊही असते. परंतु आर्टिफिशिअल इंटेलिजन्समुळे हे विश्लेषण आता अधिक गतीने व कार्यक्षमतेने होते. महत्त्वाचे म्हणजे, नामशेष होण्याच्या मार्गावर असणाऱ्या प्राण्यांचा सतत मागोवा घेणे शक्य झाल्याने आग, पूर, अवैध शिकार आदींपासून या प्राण्यांना वाचवणे शक्य होते. जंगलात विविध ठिकाणी बसवलेले मशीन व्हिजन अल्गोरिदम्सयुक्त कॅमेरे व सतत टेहळणी करणाऱ्या ड्रोनमुळे संशयास्पद हालचाली, अवैध शिकाऱ्यांच्या टोळ्या, त्यांच्याकडील शस्त्रे आता ओळखता येतात. त्यानुसार वनअधिकाऱ्यांना सतर्कतेचे इशारे देता येतात.

त्याचबरोबर प्राण्यांच्या वर्तनाचा, विशिष्ट सवयींचा अभ्याससुद्धा आर्टिफिशिअल इंटेलिजन्स आधारित अल्गोरिदम्समुळे शक्य होतो आहे. त्यातून प्राण्यांच्या जीवनातील विविध पैलूंच्या अभ्यासालाही चालना मिळते आहे.

कॅलिफोर्नियातील रेनफॉरेस्ट कनेक्शन या कंपनीने आवाजांचे वर्गीकरण करणारे सेन्सर्स तयार केले आहेत. हे सेन्सर्स जगातील बहुतेक सर्व देशांत बेकायदा

लाकूडतोड रोखण्यात कामी येऊ लागले आहे. नेदरलँड्समधील सेन्सिंग क्लूज या कंपनीने बनवलेले 'ओपन इयर्स' तसेच ओपन ॲकोस्टिक डिव्हायसेस या कंपनीने बनवलेले 'ऑडिओ मॉथ' नावाचे सेन्सर्स मशीन लर्निंगचा वापर करून जंगलातील विविध आवाजांमधून बंदुकीचे आवाज अचूकतेने टिपतात.

आजच्या स्पर्धेच्या युगात कमीतकमी खर्चात जास्तीतजास्त प्रमाणात, टिकाऊ, दर्जेदार, आकर्षक उत्पादने बनवणे, त्यांचे स्वरूप बदलते ठेवणे, उत्पादनांची विश्वसनीयता जपणे व वाढवणे या गोष्टी अत्यंत महत्त्वाच्या आहेत. यासाठी नवनवीन तंत्रज्ञान आत्मसात करणे क्रमप्राप्त आहे. फ्रान्समधील कॅपजेमिनी या तंत्रज्ञान व कन्सल्टन्सी क्षेत्रातील आघाडीच्या कंपनीच्या एका सर्वेक्षणानुसार उत्पादनांशी संबंधित ५० टक्क्यांहून अधिक युरोपीय कंपन्या आता आर्टिफिशिअल इंटेलिजन्सचा वापर करतात. जपानमध्ये हेच प्रमाण ३० टक्के तर अमेरिकेत २८ टक्क्यांच्या आसपास आहे.

उत्पादनांविषयीच्या डेटाचा कमीत कमी वेळेत अर्थ लावणे, लाखो आकड्यांचा एकमेकांशी संबंध जोडणे, निष्कर्ष काढणे आणि कार्यप्रणालीत सुधारणा सुचवणे किंवा करणे अशी सर्वसाधारण मानवी क्षमतेच्या बाहेरची कामे मशीन लर्निंग अल्गोरिदम्स वेगाने करत आहेत व उत्पादनक्षमतेमध्ये सकारात्मक बदल घडवत आहेत.

उत्पादन प्रक्रियांत तसेच उत्पादनांच्या दर्जातील सातत्य राखण्यासाठी यंत्राची योग्य देखभाल आवश्यक ठरते. यांत्रिक बिघाडांच्या शक्यता अजमावून उत्पादन प्रक्रियांमध्ये सातत्य राखण्यासाठी आता इंटरनेट ऑफ थिंग्ज आणि मशीन लर्निंग अल्गोरिदम्सची मोठी मदत होते आहे.

ही झाली काही प्रातिनिधिक क्षेत्रे. पण आणखीही बऱ्याच क्षेत्रांमध्ये आता आर्टिफिशिअल इंटेलजन्सचा वापर वेगाने वाढतो आहे, या तंत्रज्ञानाचा स्वीकारही होतो आहे.

»»»

प्रकरण ९

एआय उपक्रम व शासन

पहिल्या औद्योगिक क्रांतीने जगात प्रचंड बदल घडवले. पहिल्या व दुसऱ्या महायुद्धाच्या काळात औद्योगिकीकरणाने वेग तर घेतलाच पण कित्येक नवनवीन जीवनावश्यक शोध लागत गेले. मोठमोठे उद्योग जगभरात उभारले गेले. त्याकाळात नव्याने स्वतंत्र झालेल्या अनेक देशांनी आधुनिकीकरणाची कास धरली व ते विकसित झाले. जे देश यात मागे पडले ते आजही अनेक बाबींमध्ये परिपूर्ण होऊ शकलेले नाहीत. त्यातून गेल्या सतकात विकसित, विकसनशील व अविकसित देश असे विभागीकरण होत गेले.

कॉम्प्युटरच्या प्रसारानंतर मात्र संपूर्ण जगाचाच विकासाचा वेग कित्येक पटीने वाढला. भारताने मात्र या काळात अनेक संधी गमावल्या, असे खेदाने म्हणावे लागते. आज भारतातील प्रचंड लोकसंख्येकडे उरलेले जग ग्राहक म्हणून जरी पाहत असले, तरी यापुढच्या काळात केवळ आर्टिफिशिअल इंटेलिजन्सच्या वापरकर्त्यांच्या भूमिकेत राहून एकप्रकारे वैज्ञानिक गुलामगिरीकडे जाणे भारताला परवडणारे नाही.

या पार्श्वभूमीवर भारताच्या इलेक्ट्रॉनिक्स व इन्फॉर्मेशन टेक्नॉलॉजी मंत्रालयाने २०२४मध्ये 'इंडियाएआय मिशन' (IndiaAI Mission) सुरू केले. पुढच्या पाच वर्षांत म्हणजे २०२९पर्यंत या मोहिमेसाठी एकूण १ लाख कोटी रुपयांहून अधिक निधी केंद्र सरकारने देऊ केलेला आहे.

'इंडियाएआय कॉम्प्युट कपॅसिटी' (IndiaAI Compute Capacity), 'इनोव्हेशन सेन्टर' (IndiaAI Innovation Centre), 'डेटासेट्स प्लॅटफॉर्म' (IndiaAI Datasets Platform), 'ॲप्लिकेशन डेव्हलपमेंट इनिशिएटिव्ह' (IndiaAI Application Development Initiative), 'फ्युचर स्किल्स' (IndiaAI Future Skills), 'स्टार्टअप फायनान्सिंग (IndiaAI Startup Financing)' आणि 'सेफ अँड ट्रस्टेड एआय (Safe and Trusted AI)' अशा सात स्तंभांवर 'इंडियाएआय मिशन' उभे आहे.

आर्टिफिशिअल इंटेलिजन्सवर आधारित उत्पादने निर्माण करणे व त्यातून व्यवसाय वाढ करणे, रोजगार निर्माण करणे अशी या उरक्रमाची सर्वसाधारण उद्दिष्टे आहेत. त्यासाठी या सर्व उपक्रमांत खासगी कंपन्यांची भागीदारी अपेक्षित आहे. त्याचबरोबर आर्टिफिशिअल इंटेलिजन्सचा वापर करून डेटा व माहितीची, गुणवत्ता सुधारणे, आर्टिफिशिअल इंटेलिजन्सच्या नैतिक वापरावर भर देणे, भारतात आर्टिफिशिअल इंटेलिजन्स संदर्भातील प्रतिभा, क्षमता आणि कौशल्य जोपासणे व वाढवणे यांचादेखील या उपक्रमात प्रामुख्याने समावेश आहे.

'इंडियाएआय डेटासेट्स प्लॅटफॉर्म' उपक्रमातून उपलब्ध करून दिल्या जाणाऱ्या डेटाचा उपयोग अल्गोरिदम्सच्या चाचण्या घेण्यासाठी तर होईलच, परंतु सर्वात महत्त्वाचे म्हणजे आंतरशाखीय काम करण्यासदेखील मदत होईल.

भारतातील विविध भाषा, वेशभूषा, खाण्यापिण्यातील विविधता, भौगोलिक भिन्नता व वैविध्य पाहाता या विषयाची माहिती व ज्ञानाचा वापर व विश्लेषण करण्यासाठी स्वदेशी लार्ज लँग्वेज मॉडेल्स (एलएलएम- LLM) व स्मॉल लँग्वेज मॉडेल्सची (एसएलएम- SLM) सध्या प्रचंड चर्चा आहे. इंडियाएआय इनोव्हेशन सेन्टरद्वारे सरकार संशोधकांना, स्टार्टअप्सना, तसेच उद्योजकांना विविध पद्धतीने मदत करते. यातून होणारे संशोधन नावीन्यपूर्ण समाजासाठी थेट उपयुक्त आणि त्या विषयातील भारताचे जगातील स्थान बळकट करणारे असावे असे अपेक्षित आहे.

'इंडियाएआय ॲप्लिकेशन डेव्हलपमेंट इनिशिएटिव्ह' एक विकसनशील देश म्हणून आरोग्यसेवा, शेती, हवामान, आपत्ती व्यवस्थापन, शासन आणि शिक्षण

या अतिमहत्त्वाच्या क्षेत्रातील आपल्या समस्या सोडवण्यासाठी आखण्यात आला आहे. या उपक्रमात केंद्र सरकार, राज्य सरकारे व त्यांच्या विविध संस्था विविध समस्या मांडतील आणि त्या समस्या सरकार व खासगी कंपन्यांच्या भागीदारीतून सोडवायच्या आहेत.

'इंडियाएआय स्टार्टअप फायनान्सिंग' या उपक्रमातून सामाजिक समस्यांवर उपाय शोधणाऱ्या आर्टिफिशिअल इंटेलिजन्स आधारित स्टार्टअप्सना निधी दिला जाईल. या सर्व उपक्रमांसाठी लागणारे विश्वासार्ह मनुष्यबळ आपणच विकसीत करायचे असल्याने आर्टिफिशिअल इंटेलिजन्सशी संबंधित प्रतिभा व कौशल्ये भारतातच तयार करण्यावर 'इंडियाएआय फ्युचर स्किल्स' उपक्रमाचा भर असेल. त्यासाठी भारतातील जवळजवळ सर्वच छोट्या-मोठ्या शहरांत विविध अभ्यासक्रम शिकवणाऱ्या डेटा लॅब आणि आर्टिफिशिअल इंटेलिजन्स लॅब स्थापन करण्यात येत आहेत.

या उपक्रमांतर्गत इंजिनिअरिंगचे पदवीच्या तसेच पदव्युत्तर शिक्षण घेणाऱ्या विद्यार्थ्यांना शिष्यवृत्ती देण्यात येते. या क्षेत्रातील उच्च शिक्षण देणाऱ्या व पहिल्या एनआयआरएफ (NIRF) गुणवत्ता यादीतील पहिल्या पन्नास विद्यापीठांत पीएच. डी. करणाऱ्या विद्यार्थांनादेखील शिष्यवृत्ती देण्यात येते.

आज आर्टिफिशिअल इंटेलिजन्स तंत्रज्ञानाचे प्रचंड उपयोग समोर दिसत आहेत. कित्येक देशांतील सरकारे, कंपन्या, विद्यापीठे हे तंत्रज्ञान विकसित करण्यावर व वापरण्यावर भर देऊ लागले आहेत. मात्र आर्टिफिशिअल इंटेलिजन्सचे जसे विधायक उपयोग आहेत, तसेच काही दुरुपयोगांचेही अनुभव येत आहेत. अशा प्रगत होणाऱ्या तंत्रज्ञानाच्या दुरुपयोगामुळे समाजमनावर तसेच तरुण पिढीवर मोठे आघात होऊ शकतात, मालमत्तेचेदेखील नुकसान होऊ शकते. या पार्श्वभूमीवर असे तंत्रज्ञान विकसीत करताना नैतिकतेची कास न सोडता केवळ विधायक कामासाठीच त्याचा उपयोग व्हावा यासाठी सरकार धोरण आखते आहे. त्याच बरोबर आर्टिफिशिअल इंटेलिजन्सच्या सर्व वापरावर लक्ष ठेवता येईल अशी काही

सॉफ्टवेअरदेखील बनवण्याच्या प्रयत्न आहे. यासाठीच 'इंडिया एआय सेफ अँड ट्रस्टेड एआय' हा उपक्रम आहे.

फेब्रुवारी २०२५मध्ये पॅरिस येथे झालेल्या 'आर्टिफिशियल इंटेलिजन्स ॲक्शन समिट'मध्ये विविध देशांतील मान्यवरांनी आर्टिफिशियल इंटेलिजन्सच्या नैतिक वापराबद्दल व याविषयीच्या पुढील वाटचालीबद्दल मंथन केले होते. या अनुषंगाने भारताच्या इलेक्ट्रॉनिक्स व इन्फर्मेशन टेक्नॉलॉजी मंत्रालयाने 'नॅशनल प्रोग्रॅम ऑन आर्टिफिशियल इंटेलिजन्स' हा उपक्रम सुरू केला आहे. हा उपक्रम या विषयातील अन्य उपक्रमांना एकमेकांशी जोडेल.

जगातील कित्येक कंपन्या डेटा प्रोसेसिंग व अल्गोरिदम्स कॉम्प्युटिंगसाठी त्यांच्या विविध प्रणाली क्लाऊडच्या माध्यमातून उपलब्ध करून देत आहेत. त्यावर त्यांची मक्तेदारी होऊ पाहत आहे. उदाहरणार्थ सिलिकॉन चिप्स. त्यासाठी लागणारे तंत्रज्ञान, कौशल्य केवळ दोन-तीन देशाकडेच असल्याने त्यांची त्यासंबंधित उत्पादनांवरही मक्तेदारी आहे. मात्र त्यांच्या ग्राहकांच्या दृष्टीने विचार केला तर त्यांच्यासाठी यातून राष्ट्रीय सुरक्षेची समस्या निर्माण होऊ शकते. आर्टिफिशिअल इंटेलिजन्सच्या वापरावर कोणाचीही मक्तेदारी नसण्याबरोबरच आपणही त्या क्षेत्रात स्वयंपूर्ण असणे अत्यंत गरजेचे होते आहे. त्यातून अत्यंत कुशल इंजिनिअर, तज्ज्ञ तयार व्हावेत, रोजगार निर्माण व्हावेत व भारताने आर्टिफिशिअल इंटेलिजन्सबाबत आत्मनिर्भर होत असताना, संपूर्ण जगाला त्यासंबंधित प्लॅटफॉर्म, सॉफ्टवेअर, सेवा उपलब्ध करून द्याव्यात ही काळाची गरज आहे.

केंद्रीय मंत्री अश्विनी वैष्णव यांनी असे स्वदेशी प्लॅटफॉर्म उभे करण्याबाबत घोषणा केली होती. काही कंपन्यांवर ही जबाबदारी सोपविण्यात आली होती. त्यासाठी दहा हजारांहून अधिक एनव्हीडिया चिप्स (Nvidia Chips) लायब्ररीमधून उपलब्ध करून देण्याची योजना होती. त्या योजनेत प्रत्येक चिप्सचे एका तासाचे भाडे दोनशे रुपयांच्या आसपास म्हणजे आंतराष्ट्रीय दरापेक्षा चाळीस टक्क्यांनी कमी होते. हे महत्त्वाचे होते कारण या प्लॅटफॉर्मची किंमत कमी असण्याबरोबरच ते वैशिष्ट्यपूर्ण असणे त्याहून महत्त्वाचे होते.

या वैश्विक तंत्रज्ञान क्षेत्रातील बदलांकडे सकारात्मकतेने बघण्याचे व त्यादृष्टीने पावले टाकण्याचे धोरण भारताने गेल्या काही वर्षांपासून स्वीकारले आहे. पंतप्रधान नरेंद्र मोदी यांनी १३ मार्च २०२४ यादिवशी केलेली 'टेकएड'ची घोषणा हे या धोरणाचेच पहिले पाऊल. कॉम्प्युटिंग चिप्सवरील भारताचे इतर देशांवरील अवलंबित्व संपवणे आणि चिप्स उत्पादनात आत्मनिर्भर होताना जगाला पुरवठा करणे ही 'टेकएड'ची उद्दिष्टे आहेत.

अर्थमंत्री निर्मला सीतारामन यांनी २०२५-२०२६च्या अंदाजपत्रकामध्ये पाचशे कोटी रुपयांची तरतूद शिक्षण क्षेत्रातील आर्टिफिशिअल इंटेलिजन्सविषयक संशोधनासाठीच्या 'सेंटर ऑफ एक्सलन्स'साठी केली होती. भारतीय विद्यापीठांनी याकडे सकारात्मकतेने पाहताना अभ्यासक्रम बदलण्यास प्राधान्य देणे आता गरजेचे आहे. हुशार व कुशल प्राध्यापकांना व विद्यार्थ्यांना स्वातंत्र्य देऊन त्यांना या कामात झोकून देण्यासाठी प्रोत्साहित केले पाहिजे. मूलभूत सुविधा विनाविलंब पुरवल्या पाहिजेत व प्रशिक्षणही दिले पाहिजे. विद्यापीठाच्या प्रांगणात प्रायोगिक तत्त्वावर डीपसीकसारखी छोटी पण उपयुक्त मॉडेल्स बनवली पाहिजेत. खासगी विद्यापीठांना मिळालेल्या स्वायत्ततेच्या सदुपयोगाचे हे उत्तम व कालसुसंगत उदाहरण राहील. त्याचबरोबर, आर्टिफिशिअल इंटेलिजन्सच्या वापरामुळे प्रदूषणाचा मुद्दा महत्त्वाचा व कळीचा बनत जाणार आहे. त्याकडेसुद्धा विशेष लक्ष द्यावे लागणार आहे.

'टेक्नॉलॉजी' आणि 'डिकेड' या दोन शब्दांपासून 'टेकएड' या कल्पनेचा जन्म झालेला आहे. भारताला डिजिटल युगासाठी आत्मनिर्भर बनवणे, रोजगाराच्या नवीन संधी उपलब्ध करून देणे, जीवनस्तर उंचावणे, तसेच येणाऱ्या काळात, जगाला डिजिटल तंत्रज्ञान पुरवणे असे या कल्पनेमागचे उद्देश आहेत.

वर्ष २०२४मध्ये तीन मोठ्या प्रकल्पांची मुहूर्तमेढ पंतप्रधानांच्या हस्ते रोवण्यात आली. त्यामध्ये, गुजरातमधील ढोलेरा येथे ८०० अब्ज रुपयांची गुंतवणूक असलेला चिप्स उत्पादन प्रकल्प, साणंद येथे भारतातील सीजी-पॉवर आणि जपानमधील रेनेसास यांच्या संयुक्त विद्यमाने ८० अब्ज रुपयांची गुंतवणूक

असलेला अवकाशविज्ञान व संरक्षण आदींशी संबंधित चिप्स उत्पादन प्रकल्प, तसेच आसाममधील मोरीगाव येथे २४० अब्ज रुपयांची गुंतवणूक असलेला चिप्स जोडणी व चिप्सना अंतिम स्वरूप देण्याच्या उद्योगांचा समावेश आहे. हे प्रकल्प २०२७मध्ये कार्यान्वित होणार आहेत. त्यासाठी लागणारे कुशल मनुष्यबळ उभारण्यात भारतातील विद्यापीठांचा वाटा फार मोलाचा असणार आहे.

भारताने 'टेकेड'च्या माध्यमातून केलेली सुरुवात भारतासाठी तर आवश्यक आहेच, त्याचबरोबर जगासाठीही अत्यंत गरजेची व आश्वासक आहे. पहिल्या तीनही औद्योगिक क्रांत्यांदरम्यान, तसेच मागील दशकातील सोशल मीडियाच्या क्रांतीच्या वेळेलाही भारत फक्त एक ग्राहक होता. आता येऊ घातलेल्या डिजिटल युगात सर्व उत्पादनांचा आत्मा असलेल्या चिप्स निर्मितीमध्ये भारताना केंद्रस्थानी आणण्यासाठी अथक प्रयत्नांची आवश्यकता आहे.

या उद्योगांसाठी प्रचंड गुंतवणूक लागत असली, तरी या उद्योगांना मालाचा पुरवठा करणारे विविध उद्योग व वाहतूक कंपन्या, त्यातून निर्माण होणारे रोजगार आणि मिळणारा फायदा यातून प्रचंड उलाढाल शक्य होते. मुख्य म्हणजे, संपूर्ण जगाच्या महत्त्वाच्या पुरवठा साखळीचा महत्त्वाचा भागीदार होता येते.

भारताकडे जग आज ज्या सकारात्मक नजरेने पाहात आहे, त्याचा फायदा घेऊन त्यास प्रतिसाद देत अपेक्षित परिणाम साधणे ही आता आपली सर्वांचीच प्राथमिकता आहे.

» » »

प्रकरण १०

परदेशातील विद्यापीठांमधील एआय संशोधन

ढोबळमानाने जगात आज २५ हजारांहून अधिक विद्यापीठे व त्यांना जोडलेली कित्येक लाख महाविद्यालये आहेत. महाविद्यालयांमध्ये सर्वसाधारणपणे शिकवण्याचे काम चालते, तर विद्यापीठांत शिकवण्याबरोबरच ज्ञान जोपासणे, जतन करणे व त्यात भर घालण्याचे काम चालते. ज्ञानात भर घालण्याचे काम संशोधनातून शक्य होते. त्यासाठी अत्याधुनिक ज्ञानाने संपन्न असे प्राध्यापक असावे लागतात. त्याचबरोबर आधुनिक सुसज्ज प्रयोगशाळा, वाचनालयेही असावी लागतात. जगातील कित्येक विद्यापीठे अत्याधुनिक ज्ञान आणि त्याच्या उपयोगाचे प्रतिनिधित्व करतात.

आता आर्टिफिशिअल इंटेलिजन्स जगभरात एक अत्याधुनिक तंत्रज्ञान म्हणून पुढे येत आहे. तंत्रज्ञाननिर्मिती, नवनवीन संशोधनातून तंत्रज्ञानात सतत बदल घडवून ते अधिक उपयुक्त बनवणे, त्याचे इतरही विविध व्यावसायिक तसेच समाजसाठीचे उपयोग शोधणे हे विद्यापीठांचे काम आहे.

या प्रकरणात आपण भारताबाहेरील काही निवडक विद्यापीठांतील आर्टिफिशिअल इंटेलिजन्स व संबंधित संशोधनाचा आढावा घेऊया. त्यातून मोठा इतिहास असलेल्या जुन्या व नवीन विद्यापीठांची तुलनादेखील करता येईल.

सिंगापूरमधील नानयांग टेक्नॉलॉजिकल युनिव्हर्सिटीमधील संशोधन आर्टिफिशिअल इंटेलिजन्सच्या कॉम्प्युटिंग मॉडेल्सवर जास्त भर देते. मानव व रोबोट किंवा इंटेलिजन्ट मशीन्स एकत्र काम कसे करतील यावरही भर देण्यात येतो. स्मार्ट सिटीज्, सायबर सिक्युरिटी, स्वयंचलित वाहनांचा इंटेलिजन्स वाढवण्यासाठी या तंत्राचा उपयोग केला जातो. त्याचबरोबर मानवी मेंदूच्या कार्यशक्तीवर तसेच कार्यप्रणालीवर आधारित न्यूरल नेटवर्क्स बनवणे, त्यामध्ये डार्विनच्या उत्क्रांतीच्या सिद्धांताधारित जेनेटिक अल्गोरिदम्स वापरून त्यात गरजेनुसार बदल करणे यावर संशोधन केले जाते. यातून विविध प्रॉब्लेम्स सोडवण्यावर भर दिला जात आहे. हे प्रॉब्लेम्स आयसीयूतील व्हेंटिलेटरशी संबंधित आहेत. तसेच रक्ताच्या व अंडाशयाच्या कर्करोगाशी संबंधित समस्या सोडवण्यातही या तंत्रज्ञानाचा उपयोग होत आहे.

नानयांग टेक्नॉलॉजिकल युनिव्हर्सिटी, सिंगापूर

त्याचबरोबर विमान निर्मितीत जगात अग्रेसर असणारी कंपनी 'बोईंग', विमानाचे इंजिन बनवणारी 'रोल्स रॉईस' यांच्या विविध सुट्या भागांचे डिझाईन बनवणारे अल्गोरिदम्सदेखील नायनांग विद्यापीठात विकसित केले जातात. महत्त्वाचे म्हणजे हे सर्व प्रॉब्लेम्स आंतरशाखीय असल्यामुळे विद्यापीठातील विविध शाखा व विभाग एकत्र जोडले गेलेले आहेत.

हाँगकाँग युनिव्हर्सिटी ऑफ सायन्स अँड टेक्नॉलॉजी आर्टिफिशिअल इंटेलिजन्स आधारित मशीन लर्निंगसाठीचे अल्गोरिदम्स निर्मितीवर व त्याच्या उपयोगांवर संशोधन करते. मशीन लर्निंग अल्गोरिदम्सच्या साहाय्याने विविध फोटो, व्हिडिओंचे विश्लेषण करण्यासाठी

हाँगकाँग युनिव्हर्सिटी ऑफ सायन्स अँड टेक्नॉलॉजी

आवश्यक असणाऱ्या गणिती संशोधनावरदेखील या विद्यापीठात भर देण्यात येतो. महत्त्वाचे म्हणजे सिव्हील, पर्यावरणीय, मेकॅनिकल इंजिनिअरिंग, कॉम्प्युटर सायन्स असा विविध विद्याशाखांमधील प्राध्यापकांनी आर्टिफिशिअल इंटेलिजन्सच्या संदर्भात प्रशिक्षण घेतले आहे. त्यामुळे या संशोधनात सहजतेने एकत्र काम करणे शक्य होत आहे.

जपानमधील टोकियो विद्यापीठात आर्टिफिशिअल इंटेलिजन्स संबंधातील संशोधन चार भागांत विभागलेले आहे. आर्टिफिशिअल इंटेलिजन्सच्या तत्त्वांचा अभ्यास करणे, त्यातील मूलभूत संशोधनावर भर देणे, त्याच्या विविध उपयोगांवर अभ्यास करून उत्पादने बनवणे व शेवटचे म्हणजे सामाजिक उपयोगांवर भर देणे. यातून आर्टिफिशिअल इंटेलिजन्सचा सर्व पद्धतीने अभ्यास करून स्वदेशी बनावटीचे अल्गोरिदम्स कसे बनवता येतील व त्यांचा उपयोग देशांतर्गत समस्यांवर तोडगा काढण्यासाठी कसा करण्यात येईल हे पाहिले जाते. त्यासाठी तेथील संशोधक जगभरातील विद्यापीठांत प्रशिक्षणासाठीदेखील पाठवले जातात. त्यामुळेच जपानी विद्यापीठांतील संशोधकांचे शोधनिबंध उल्लेखनीय तर असतातच पण विविध विद्यापीठांतील संशोधनाचा पायादेखील ठरतात.

दक्षिण कोरियामधील सोल नॅशनल युनिव्हर्सिटीतील आर्टिफिशिअल इंटेलिजन्स इन्स्टिटयूटमध्ये तीन हजारांहून अधिक संशोधक व प्राध्यापक काम करतात. हे प्राध्यापक विद्यापीठातील ७२पेक्षा अधिक विद्याशाखांशी जोडलेले आहेत. आर्टिफिशिअल इंटेलिजन्सचे अल्गोरिदम्स व त्याचे उपयोग उत्पादन, आरोग्यसेवा, हवामान बदल, बांधकाम, वाहतूक, अन्न सुरक्षा, विधी, अर्थ व वित्त अशा अनेक क्षेत्रांतील संशोधनावर येथे भर दिला जातो.

कॅनबेरास्थित ऑस्ट्रेलियन नॅशनल युनिव्हर्सिटीने आर्टिफिशिअल इंटेलिजन्समध्ये ऑस्ट्रेलियन उपखंडात मोठी आघाडी घेतली आहे. यामध्ये मशीन लर्निंग आधारे विविध प्रकारच्या डेटाचा अर्थ लावणे, त्यासाठी अल्गोरिदम्स वापरण्याकडे अधिक भर दिला जात आहे.

ऑस्ट्रेलियन नॅशनल युनिव्हर्सिटी

महत्त्वाचे म्हणजे, मानवासारखा विचार करणाऱ्या व भरवशाच्या रोबोटच्या

निर्मितीचे लक्ष्य विद्यापीठाने ठेवले आहे. त्यादृष्टीने आर्टिफिशिअल इंटेलिजन्सचे फायदे, तोटे, नैतिक व अनैतिक वापर यांवर सर्वंकष विचार व संशोधन केले जाते. इथे केवळ इंटेलिजन्ट अल्गोरिदम्सचा वापर महत्त्वाचा नाही, तर त्यासाठी लागणारे हार्डवेअरदेखील तितकेच महत्त्वाचे ठरत असल्याने हार्डवेअर संशोधनाकडेदेखील तेवढेच लक्ष दिले जाते. त्यासाठी लागणारा सर्व संशोधन निधी विद्यापीठाला सरकार पुरवते. भारताच्या इंडिया एआय उपक्रमाप्रमाणेच प्रशिक्षण, डेटा लायब्ररीजची उपलब्धा याकडेदेखील विद्यापीठ लक्ष देते.

ऑस्ट्रेलियातल्याच सिडनी शहरातील युनिव्हर्सिटी ऑफ न्यू साऊथ वेल्समध्ये आर्टिफिशिअल इंटेलिजन्सच्या शिक्षणातील उपयोगावर मूलभूत तसेच व्यावहारिक व व्यावसायिक पातळीवरचे संशोधन केले जाते. तेथे प्राध्यापकांच्या प्रत्येक लेक्चरचे व्हिडिओ छोट्या छोट्या भागांत विभागले जातात व त्यानुसार लेक्चर नोट्सही तुकड्यांमध्ये विभागून देतात. संदर्भांवरून प्रश्न योग्य त्या प्राध्यापकाकडे पाठवणे किंवा प्रश्नात्तरांच्या उपलब्ध बँकेतून उत्तरे शोधून देण्याचे कामही विद्यापीठात बनवलेल्या इंटेलिजन्ट बॉट्सद्वारे होते.

विविध इंटेलिजन्ट अल्गोरिदम्स बनवून अनेक क्षेत्रांतील जटिल समस्या सोडवणे शक्य होत आहे. यासाठी विविध शाखांमधून व विभागांमधून कित्येक प्राध्यापकांनी आर्टिफिशिअल इंटेलिजन्समध्ये प्रावीण्य मिळवलेले आहे. ऑस्ट्रेलियातील मेलबर्न या शहरातील मोनॅश विद्यापीठ डीप लर्निंगमध्ये मूलभूत संशोधन करून वैद्यकीय क्षेत्रांतील समस्या सोडवण्यावर भर देते. त्यामध्ये रुग्णांच्या डीएनएचा अभ्यास, रिपोर्ट्सचे विश्लेषण आदींचा समावेश आहे.

वन्यजीव सरंक्षणासाठी डीप लर्निंग आधारित मशीन व्हिजनमध्ये या विद्यापीठात केलेल्या संशोधनाची जगभर प्रशंसा होते आहे. विविध भाषांतील मजकुराच लेखी तसेच ऑडिओ स्वरूपात भाषांतर करणे, ही आज सर्वच देशांची गरज आहे. त्यावरही मोनॅश विद्यापीठात संशोधन सुरू आहे. रोबोट्स व मशीन व्हिजनयुक्त कॅमेरे वापरून मोठमोठ्या गोदामांमधील वस्तू शोधून त्या ट्रकमध्ये भरण्याचे काम मानवी हस्तक्षेपाशिवाय करण्यासंदर्भत संशोधकांची मोठी टीम आता तेथे कार्यरत आहे.

न्यूझीलंडमधील ऑकलंड युनिव्हर्सिटी ऑफ टेक्नॉलॉजीमध्ये विविध रिसर्च सेंटर्स स्थापन करण्यात आली आहेत. डेटा सायन्स, आर्टिफिशिअल

इंटेलिजन्समागील गणित, रोबोटिक्स व त्याचे व्हिजन, सायबर सिक्युरिटी, सॉफ्टवेअर इंजिनिअरिंग, जीवशास्त्र, उर्जा तसेच उत्पादन क्षेत्रासाठीच्या इंटेलिजन्ट अल्गोरिदम्सवर काम करणाऱ्या सेंटर्सचा समावेश आहे. या सेंटर्समधून डिग्री, मास्टर्स व पीएच.डी. प्रोग्रॅम्सही चालवण्यात येत असल्याने विद्यार्थी या अत्याधुनिक संशोधन करणाऱ्या केंद्रांशी थेट जोडले जातात. या सेंटर्समधून देशांतर्गत विविध समस्यांचे व प्रॉब्लेम्सचे निराकरण तर होतेच, पण सरकारचाही यात थेट सहभाग असतो. येथे शिक्षण घेणाऱ्या व संशोधन करणाऱ्या विद्यार्थ्यांना संबंधित क्षेत्रांमध्ये थेट संधी मिळू शकतात. या प्रारूपाचे जगभरातील विविध विद्यापीठांत अनुकरण होण्याचे प्रमाण वाढत आहे.

ऑकलंड युनिव्हर्सिटी ऑफ टेक्नॉलॉजी

इंग्लंडमधील इंपिरियल कॉलेज ऑफ लंडन विविध क्षेत्रांतील मूलभूत संशोधनासाठी जगभर प्रसिद्ध आहे. आर्टिफिशिअल इंटेलिजन्सवर आधारित अल्गोरिदम्स बनवण्यापासून ते त्याच्या सर्वंकष वापरापर्यंत येथे संशोधन चालते. मुख्य म्हणजे आर्टिफिशिअल इंटेलिजन्सच्या नैतिक वापरावर भर देण्यारे संशोधनदेखील इंपिरियल कॉलेजमध्ये सुरू आहे.

इंपिरियल कॉलेज ऑफ लंडन

बेल्जियमस्थित घेन्ट विद्यापीठातही आर्टिफिशिअल इंटेलिजन्सवर मोठे संशोधन सुरू आहे. तेथील संशोधक बिग डेटा वर काम करत आहेत. बिग डेटासारख्या क्षेत्रात काम करणारे संपूर्ण जगात मोजकेच संशोधक असल्याने हे काम हे खूप दुर्मीळ आहे, हे इथे नमूद करायला हवे. एक्सप्लेनेबल आर्टिफिशिअल इंटेलिजन्स (Explainable Artificial Intelligence) ही संकल्पना आज आर्टिफिशिअल इंटेलिजन्सच्या नैतिक वापराबरोबरच महत्त्वाची ठरत आहे. कारण, आर्टिफिशिअल इंटेलिजन्सच्या कोणत्याही तंत्राने देण्यात येणाऱ्या उत्तरामागील कारणमीमांसा सांगणे अत्यंत महत्त्वाचे ठरते आहे. यावरच प्रामुख्याने

घेन्ट विद्यापीठातील संशोधकांचा भर आहे. मानव आणि रोबोट्स यांनी एकत्रितपणे तसेच एकमेकांना पूरक काम करण्याच्या शक्यतांवरही संशोधकांची एक टीम तेथे काम करते. शेती, हवामान बदल, जीवशास्त्र, मार्केटिंग, ऊर्जा, गुन्हे नियंत्रण, अन्न सुरक्षा, मोबाईल टेक्नॉलॉजी, स्मार्ट सिटी व स्मार्ट होम्स, खेळ, शिक्षण, औषधोत्पादन, आदींसाठी आर्टिफिशिअल इंटेलिजन्सचा वापर करण्यावरही येथे काम सुरू आहे.

घेन्ट विद्यापीठ, बेल्जियम

इटलीमधील बोलोना विद्यापीठात नैसर्गिक बुद्धिमत्तेचे कृत्रिम बुद्धिमत्तेत म्हणजेच आर्टिफिशिअल इंटेलिजन्समध्ये रूपांतर करण्याचे अत्यंत मूलभूत स्वरूपाचे संशोधन चालते. त्याचा उपयोग पुढे विविध समस्या सोडवण्यासाठी होतो. याचबरोबर बिग डेटा, इंटरनेट ऑफ थिंग्स, स्मार्ट शेती आदी क्षेत्रात संशोधनात या विद्यापीठाची आघाडी आहे. महत्त्वाचे म्हणजे उत्पादन करणाऱ्या कारखान्यांतील मशीन्समध्ये बिघाड होण्याआधी सूचना देणे, किंवा थोडाबहुत बिघाड झाला, तरी गुणवत्तेवर परिणाम होऊ न देता काही काळ काम सुरू ठेवू शकणाऱ्या मशीन्सवरदेखील या विद्यापीठात काम चालते.

बोलोना विद्यापीठ, इटली

पोर्तुगालमधील लिस्बन विद्यापीठ आर्टिफिशिअल इंटेलिजन्स क्षेत्रात भरारी घेऊ पाहत आहे. या विद्यापीठात अजूनही जरी प्राथमिक स्वरूपाचे संशोधन चालत असले, तरी ते कमी लेखून चालणार नाही. प्रामुख्याने रोबोटिक्स, डीप लर्निंगवर आधारित मशीन व्हिजन,

लिस्बन विद्यापीठ, पोर्तुगाल

उपग्रहांमधील सांकेतिक संदेशाचे दळणवळण, त्याचबरोबर सौर ऊर्जा व पवन ऊर्जा, आदी क्षेत्रांत आर्टिफिशिअल इंटेलिजन्स अल्गोरिदम्सचा वापर करण्यावर विविध शाखांचे संशोधक काम करत आहेत.

नॉर्वेतील ऑस्लो विद्यापीठातील ट्रस्ट या राष्ट्रीय संशोधन केंद्रातही आर्टिफिशिअल इंटेलिजन्सवर संशोधन सुरू आहे. ट्रस्ट आर्टिफिशिअल इंटेलिजन्सच्या मागे काम करणाऱ्या गणितावरील संशोधनावर अधिक भर देते. त्याचा उपयोग विधी, सायन्स, आदींसाठी नैतिक, सर्वंकष, तसेच नियंत्रित पद्धतीने असावा असे त्यामागचे मूळ उद्देश आहेत. शक्य तितक्या समाजोपयोगी कामांसाठी आर्टिफिशिअल इंटेलिजन्सचा वापर ट्रस्टच्या माध्यमातून व्हावा असा उद्देश आहे.

इथे हे मात्र नमूद करावेसे वाटते, की संशोधनासाठी व शिक्षणासाठी भारतातील सर्वांच्या पहिल्या पसंतीची विद्यापीठे साधारणतः अमेरिकेतीलच असतात. वर आपण ज्या विद्यापीठांबद्दल माहिती घेतली ती युरोप, आशिया व ऑस्ट्रेलिया खंडांतील आहेत. मात्र त्यांचा दर्जा जगातील इतर कोणत्याही उत्तम विद्यापीठांप्रमाणेच श्रेष्ठ आहे. ही विद्यापीठे प्रामुख्याने आर्टिफिशिअल इंटेलिजन्स क्षेत्रासाठी भरघोस शिष्यवृत्त्याही देतात. त्याचबरोबर संबंधित देशांतील उद्योगदेखील त्याकडे सकारात्मकतेने पाहतात व त्यासाठी आर्थिक मदतदेखील करतात.

मुख्य म्हणजे या विद्यापीठांनी नवनवीन तंत्रज्ञान आत्मसात करण्यास कधीही मागेपुढे पाहिलेले नाही. नवे प्रयोग करणाऱ्या प्राध्यापकांना, शास्त्रज्ञांनाही ही विद्यापीठे उत्तेजन देतात. परिणामी या विद्यापीठांतील आर्टिफिशिअल इंटेलिजन्स बाबतचे संशोधन जगभरात बऱ्याच अंशी स्वीकारले गेले आहे. नव्या संशोधनासाठी तेथील काम पथदर्शीही ठरते आहे.

भारतातील विद्यापीठे बदल लवकर स्वीकारत नाहीत असे चित्र अजूनही आहे. आजही आपले शिक्षण सेवा क्षेत्रातील रोजगार देण्यावरच भर देते याकडे प्राध्यापकांनी, विद्यापीठांनी तसेच सरकारनेदेखील लक्ष देणे गरजेचे आहे.

» » »

प्रकरण ११

भारतीय विद्यापीठांमधील एआय संशोधन

ज्ञानार्जन आणि ज्ञान संवर्धनाला विद्यापीठे अनुकूल वातावरण उपलब्ध करून देत असतात. नवनवीन संशोधन, समाजोपयोगी उत्पादने, त्यांत होणारे आवश्यक ते बदल यातून विविध उपक्रम व उद्योग उभे राहण्यास, तसेच रोजगार निर्माण होण्यास चालना मिळत असते.

साधारण ६० वर्षांपूर्वी आर्टिफिशिअल इंटेलिजन्स तंत्रज्ञानाचा जन्म झाला. पण अगदी गेल्या साधारण वीस वर्षांपूर्वीपर्यंत केवळ ऐकिवात असलेला हा विषय आज आपल्या जगण्याचा अविभाज्य घटक ठरतो आहे.

आधीच्या प्रकरणात नमूद केल्याप्रमाणे आज जगभर आर्टिफिशिअल इंटेलिजन्स एक विद्याशाखा म्हणून पुढे येत आहे, त्यासाठी संशोधन केंद्रेदेखील उभारली जात आहेत. आपल्याकडेही बहुतेक आयआयटी आणि एनआयटीमध्ये अशी केंद्रे आहेत, पण सर्वसामान्य विद्यार्थी या सगळ्यापासून बराच दूर असतो. भारतातील अशा आर्टिफिशिअल इंटेलिजन्स संशोधन केंद्रांचा हा एक आढावा.

पुणे शहर विद्येचे माहेरघर समजले जाते. आजच्या घडीला पुण्यात सात विद्यापीठे आहेत. त्यातील एमआयटी वर्ल्ड पीस विद्यापीठात सर्वप्रथम आर्टिफिशिअल इंटेलिजन्सचे संशोधन केंद्र मी स्वतः २०२१च्या जून महिन्यात

सुरू केले. या केंद्रात आर्टिफिशिअल इंटेलिजन्सवरील मूलभूत व सैद्धांतिक संशोधनावर भर दिला जातो. यात प्रामुख्याने नैसर्गिक बुद्धिमत्तेचा, म्हणजेच निसर्गातील विविध सजीवांच्या बुद्धिमत्तेचा सखोल अभ्यास करून त्याचे गणिती रूपांतर व पुढे अल्गोरिदम्स बनवले जातात.

एमआयटी वर्ल्ड पीस विद्यापीठ, पुणे

हे अल्गोरिदम्स विविध चाचण्यांच्या कसोटीवर तपासले जातात. महत्त्वाचे म्हणजे, येथे आंतरशाखीय संशोधनाला भर दिला जातो, ज्यामुळे या अल्गोरिदम्स चा उपयोग विविध प्रकारचे यांत्रिकी, वाहतूक, आरोग्यसेवा आदींशी संबंधित समस्या सोडवण्यात केला जातो.

पदव्युत्तर शिक्षणाबरोबरच हे संशोधन केंद्र दरवर्षी एक आंतरराष्ट्रीय परिषद भरवते व जगातील विविध देशांतील प्राध्यापकांबरोबर तसेच शास्त्रज्ञांबरोबर काम करते. या केंद्राच्यावतीने संपूर्ण भारतातील विविध विद्यापीठांत व शाळांत प्रशिक्षणही दिले जाते.

नोएडामधील (उत्तर प्रदेश) ॲमिटी विद्यापीठातील संशोधन केंद्रात जनरेटिव्ह आर्टिफिशिअल इंटेलिजन्स, लार्ज लँग्वेज मॉडेल्स आदींवर होणाऱ्या संशोधनात प्रामुख्याने आरोग्यसेवा, स्मार्ट सिटी, भूगोल अशा विषयांवर भर दिला जातो. महत्त्वाचे म्हणजे आर्टिफिशिअल इंटेलिजन्सचा वापर शिक्षण, विधी, व्यवस्थापन, शेती असा सर्व क्षेत्रांमध्ये कसा करता येईल, याकडेदेखील हे केंद्र लक्ष देते. यासाठी एक सुसज्ज प्रयोगशाळादेखील उभारण्यात आली आहे.

कोलकात्यातील जादवपूर विद्यापीठातही डीप लर्निंग व कॉम्प्युटर व्हिजनच्या साहाय्याने शेती, कचरा व्यवस्थापन, प्रदूषण नियंत्रण, तसेच कारखान्यातील विविध रासायनिक प्रक्रियांचे स्वयंचलित नियमन करण्यासाठीच्या संशोधन होते.

नव्या मुंबईतील जिओ इन्स्टिट्यूटमध्ये एआय फॉर ऑल हे केंद्र डेटा आधारित संशोधन करते. वैश्विक, तसेच राष्ट्रीय पातळीवरील महत्त्वाच्या समस्यांचे आर्टिफिशिअल इंटेलिजन्सच्या साहाय्याने निराकरण करण्याच्या प्रयत्नांवर या केंद्रातील संशोधकांचा भर आहे. भारतातील भाषिक वैविध्याचा उपयोग करून

त्यापासून एक सर्वोपयोगी प्लॅटफॉर्म तयार करण्यावर हे संशोधन केंद्र काम करत आहे. त्याचबरोबर औषधनिर्मिती, आयओटी, रुग्णनिदान आदींवरदेखील हे केंद्र काम करते आहे. एआय फॉर ऑल केंद्राचा शेती, शिक्षण, स्मार्ट सिटी, ई-गव्हर्नन्स अशा क्षेत्रांमधील आर्टिफिशिअल इंटेलिजन्सच्या उपयोगांवर भर आहे.

उत्तर प्रदेशातील उन्नाव येथील चंदिगढ विद्यापीठाने आर्टिफिशिअल इंटेलिजन्स रिसर्च अँड ॲप्लिकेशन्स या संशोधन केंद्राची स्थापना केली आहे. बिग डेटा, न्यूरल नेटवर्क्स, कॉम्प्युटर व्हिजन वगैरे विषयांवर भर देऊन विविध क्षेत्रांतील जटिल समस्या सोडवण्याकडे कल असणारे हे एक आंतरशाखीय संशोधन केंद्र आहे. या केंद्रात रोबोटिक्स, आरोग्यसेवा, व्यवसाय, गव्हर्नन्स आदींवरही संशोधन होते.

चेन्नई इन्स्टिट्यूट ऑफ टेक्नॉलॉजी

चेन्नई इन्स्टिट्यूट ऑफ टेक्नॉलॉजीमधील आर्टिफिशिअल इंटेलिजन्स रिसर्च केंद्र विधी, औषधें, आरोग्यसेवा, स्मार्ट सिटी, आदी क्षेत्रांत मूलभूत संशोधन करते, तर गुजरातच्या गांधीनगर येथील राष्ट्रीय रक्षा विद्यापीठातील आर्टिफिशिअल इंटेलिजन्स संशोधन केंद्र संरक्षण क्षेत्राशी संबंधित शिक्षण, व्यवसाय व उद्योजकता याकडे लक्ष पुरवते. येथे रोबोटिक्स, बिग डेटा, व्हर्चुअल रिॲलिटी, मशीन लर्निंग, डीप लर्निंग आदींवर आधारित अभ्यासक्रमदेखील शिकवले जातात.

आंध्र प्रदेशातील गुंटूरस्थित अमृता विश्वविद्यापीठम्‌मध्ये आर्टिफिशिअल इंटेलिजन्स संबंधित दोन संशोधन केंद्रे आहेत. त्यातील सेंटर फॉर कॉम्प्युटेशनल इंजिनिअरिंग अँड नेटवर्किंग हे केंद्र आयआयटी व आयसरसारख्या संस्थांबरोबर तसेच जर्मनी, स्वीडन, इटलीतील नामांकित विद्यापीठांबरोबरदेखील स्मार्ट ग्रीड, सेन्सर्स नेटवर्क्स, सायबर-फिजिकल सिस्टिम्समध्ये संशोधन करते.

अमृता विश्वविद्यापीठम्, गुंटूर

सेंटर फॉर सायबर सिक्युरिटी हे केंद्रही संबंधित क्षेत्रांत भरीव काम

करीत आहे. महत्त्वाचे म्हणजे या सायबर सिक्युरिटी विषयातील अभ्यासक्रमही हे विद्यापीठ उपलब्ध करून देत आहे.

नोएडामधील बेनेट विद्यापीठानेदेखील आर्टिफिशिअल इंटेलिजन्स संबंधित संशोधनात भर घातली आहे. या विद्यापीठात आर्टिफिशिअल इंटेलिजन्सचे आरोग्यसेवा, पत्रकारिता, वाहतूक व्यवस्था, ऊर्जा, उत्पादन आदी क्षेत्रांतील उपयोगांवर संशोधन सुरू आहे.

आपल्या देशात आज केंद्र सरकार तसेच राज्य सरकारांच्या अखत्यारीतील १,१००हून अधिक विद्यापीठे व कित्येक हजार महाविद्यालये आहेत. परदेशांतील विद्यापीठांच्या तुलनेत भारतात अगदी मोजक्याच विद्यापीठांत व महाविद्यालयांत आर्टिफिशिअल इंटेलिजन्स संबंधित मूलभूत व थेट व्यावहारिक उपयोगाचे संशोधन चालते. बहुतेक विद्यापीठांत व महाविद्यालयांत ठरवून दिलेल्या अभ्यासक्रमांवर बेतलेल्या पाठ्यपुस्तकांवर आधारित शिक्षण चालते. हे शिक्षण व ते देणारे प्राध्यापकदेखील पाठ्यपुस्तकांच्या पलीकडे पाहू शकत नाहीत, असे चित्र आज अनेक ठिकाणी दिसते. अर्थात त्याला विविध कारणे आहेत.

आर्टिफिशिअल इंटेलिजन्सच्या मुळाशी असणारे गणित समजून घेणे अत्यंत गरजेचे आहे. वरवर बोलून, किंवा केवळ अल्गोरिदम्सचे प्रोग्रॅम्स लिहिण्यातून हा विषय खचितच समजू शकत नाही. म्हणूनच आजही भारतीय विद्यापीठांमध्ये आर्टिफिशिअल इंटेलिजन्स वापरून थेट समाजोपयोगी संशोधन खूपच कमी प्रमाणात होताना दिसते.

आर्टिफिशिअल इंटेलिजन्सच्या संदर्भातील मूलभूत व सैद्धांतिक तसेच व्यवहारोपयोगी संशोधन हे दोन्ही हातातहात घालून चालणे फार गरजेचे आहे. त्यासाठी प्रथम शैक्षणिक संस्थांनी आर्टिफिशिअल इंटेलिजन्सकडे केवळ एका विद्याशाखेच्या स्वरूपात न पाहता विविध जटिल समस्यांवर निष्पक्षपणे उपाय शोधणारे तंत्रज्ञान म्हणून पाहिले पाहिजे. जगातील कित्येक विद्यापीठे आज आर्टिफिशिअल इंटेलिजन्सचा उपयोग करून वाहतूक, संरक्षण, पाणी नियोजन, कचरा व्यवस्थापन, वन्यजीव संवर्धन, शिक्षण आदी क्षेत्रांतील समस्यांवर उपाय सुचवत आहेत.

परदेशी विद्यापीठांनी निर्मिलेले तंत्रज्ञान आयात करण्यापेक्षा आर्टिफिशिअल इंटेलिजन्सचा वापर आपल्या पद्धतीने केल्यास भारतातील समस्यांची स्वदेशी

उत्तरे सहज मिळवता येऊ शकतात. त्यासाठी वेळ व पायाभूत सुविधांची गरज असते. यासाठी लागणारा निधी इतर संशोधनांच्या मानाने कमीही असतो.

कोणतेही संशोधन लगेचच व्यावहारिक दृष्ट्या लागू होत नसते. मूलभूत संशोधनात त्यासाठी छोटे छोटे बदल घडवत राहावे लागते हे संस्थाचालकांनी, प्राध्यापकांनी, तसेच विद्यार्थांनीही लक्षात ठेवायला हवे.

आर्टिफिशिअल इंटेलिजन्सचा उपयोग प्रामुख्याने आंतरशाखीय आहे. त्यामुळे विद्यापीठांनी व महाविद्यालयांनी विविध विद्याशाखांना, त्यातील प्राध्यापकांना व विद्यार्थ्यांना सुयोग्य प्रशिक्षण देणे गरजेचे आहे. त्यांना आर्टिफिशिअल इंटेलिजन्स संशोधन केंद्राबरोबर थेट जोडणे अत्यंत महत्त्वाचे आहे. त्यातूनच नवनवीन संशोधनाच्या शाखा विकसित होत जातात; रिसर्च पेपर्स, प्रोजेक्ट्स व पेटंट्स जगासमोर मांडता येतात. यातून विद्यापीठांचा, प्राध्यापकांचा, विद्यार्थ्यांचा फायदा तर होतोच, पण देशाचादेखील विकास होतो. आज मेक इन इंडिया, आत्मनिर्भर भारत, स्किल इंडिया, स्टार्टअप इंडिया यांसारख्या कौशल्याधारित रोजगार देणाऱ्या महत्त्वाच्या उपक्रमांना चालना देण्यामध्ये विद्यापीठांची भूमिका महत्त्वाची आहे, आणि आर्टिफिशिअल इंटेलिजन्स क्षेत्रात भारत एक जागतिक शक्ती होण्यासाठी विद्यापीठांनी त्यांची भूमिका निभावण्याची आज नितांत गरज आहे.

»»»

प्रकरण १२

एआय, शाश्वतता आणि भारत

सतत प्रयत्न करत राहणे हा मानवी गुणधर्म आहे. या सातत्यातूनच मानव गेल्या हजारो वर्षांपासून नवनवीन शोध लावत आलेला आहे. त्यातून त्याचे जीवन सुकर होण्यात मदत झाली आहे. अठराव्या शतकात पहिली औद्योगिक क्रांती झाली. वाफेवर चालणारे इंजिन, मोटर्स आदींच्या उदयामुळे नवनवीन शोध लागत गेले. यंत्रांचे उपयोग वाढत गेले आणि जगात औद्योगिकीकरणाला सुरुवात झाली.

पहिल्या व दुसऱ्या महायुद्धाच्या काळात औद्योगिकीकरणाने वेग घेतल्यावरही एक गरज प्रकर्षाने जाणवत होती, ती होती ऑटोमेशनची. कारखान्यांतील व कार्यालयातील सर्व सिस्टिम्स स्वयंचलित करण्यावर या काळात भर देण्यात येऊ लागला. त्यामुळे कमीतकमी संसाधनांत जास्तीतजास्त उत्पादन शक्य होऊ लागले. संसाधने म्हणजे कामगारांची संख्या, लागणारा कच्चा माल, लागणाऱ्या मशीन्सची संख्या, उत्पादनासाठी लागणारा वेळ, उत्पादने दुकानांपर्यंत व पुढे ग्राहकांपर्यंत पोचण्यासाठी लागणारा वेळ आणि अंतर वगैरे.

संसाधनांचा वापर जितका कमी तितकी वस्तूची किंमत कमी होते व त्यामुळे ग्राहकांमध्ये स्वीकृती वाढते. यासाठी सेन्सर्सचा वापर अनेक वर्षांपासून होत होता. मात्र १९७०नंतर कॉम्प्युटर्समुळे मोठे बदल झाले आणि ऑटोमेशनला प्रचंड वेग आला. जोडीला नवनवीन शोध लागतच होते, पण कामाच्या तत्कालीन स्वरूपामध्येदेखील बदल होत गेले. मानवाचा उत्पादन प्रक्रियेतील संसाधन म्हणून उपयोग कमी होत

गेला. माणसांचा उपयोग संशोधन आणि सेवा क्षेत्रात जास्त होऊ लागला. पण एकूणच कारखान्यांची क्रयशक्ती कित्येक पटींनी वाढली. आज त्याच ऑटोमेशनचे अत्याधुनिक तंत्रज्ञान म्हणून आर्टिफिशिअल इंटेलिजन्सकडे पहिले जाते.

आर्टिफिशिअल इंटेलिजन्समुळे जवळजवळ सर्वच सिस्टिम्स संपूर्णपणे स्वयंचलित होण्याकडे वाटचाल करत आहेत. यामुळे संसाधनांत मोठी बचत होत आहे. त्यातून पृथ्वीवर उपलब्ध असणारी संसाधने वाचवण्याचे प्रयत्न बऱ्याच अंशी सफल होताना दिसत आहेत. परंतु याच अनुषंगाने काही प्रश्नदेखील उभे राहत आहेत. भारतासाठी दोन्ही बाजू समजून घेणे व त्या दृष्टीने पावले टाकणे फार महत्त्वाचे ठरणारे आहे.

वन्यजीव विनाशाबद्दल आपम नेहमीच हळहळ व्यक्त करत असतो. वन्यप्राण्यांच्या संवर्धनासाठी सरकार हजारो कॅमेरे, रेंजर्स, शस्त्रे, गाड्या आदी संसाधने देऊ करते. आर्टिफिशिअल इंटेलिजन्सवर आधारित मशीन व्हिजन कॅमेरे अवैध शिकारी शोधण्यात आता अत्यंत उपयुक्त ठरत आहेत. हा इंटेलिजन्ट

कॅमेरा प्राणी ओळखून त्यांचे योग्य वर्गीकरणसुद्धा करतो. तोच प्राणी पुन्हा पुन्हा दिसल्यास त्यानुसार नोंदीही करतो. आधुनिक सेन्सर्स बंदुकीचे आवाज, गाड्यांचे आवाज, बोलण्याचे आवाज, लाकूडतोडीचे तसेच करवतींच्या आवाजांचीही नोंद करतात. इंटेलिजन्ट अल्गोरिदम्समुळे या आवाजांचे त्वरित वर्गीकरण होऊन रेंजर्सना माहिती दिली जाते. ही माहिती वापरून रेंजर्सना आवश्यक त्याच ठिकाणी पोचून कार्यवाही करणे शक्य होते. यामुळे रेंजर्सची संख्या, त्यावरील खर्च कमी होतात, तसेच प्राण्यांचे वर्गीकरण्यावर होणारा खर्च, वेळेचीही बचत होते.

आपल्या देशात नळाद्वारे पुरवल्या जाणाऱ्या ४० टक्के पाण्याचा अपव्यय फक्त पाईपलाइनमधील गळतीमुळे होतो, असे काही अहवाल सांगतात. चार लोकांचे एक कुटुंब प्रत्येक वर्षी सरासरी ३५ हजार लिटर पाणी वाया घालवते, असेही हे अभ्यास सागतात. इतर संसाधनाप्रमाणेच पाणी अत्यंत मौल्यवान आहे. जलाशयापासूनचे शुद्धीकरण प्रकल्पापर्यंत पाणी वाहून आणणे, त्यावर प्रक्रिया करणे आणि पुढे ते घरांपर्यंत, किंवा कारखान्यांपर्यंत पोचवण्यावरचा खर्च प्रचंड असतो. सतत पाहणी करून, नियमित देखभाल, दुरुस्ती करून हा खर्च कमी करता येऊ शकतो. पण

बिघाड होण्याच्या बऱ्याच आधीच सूचना मिळाली तर दुरुस्ती करणे सोपे जाते. त्यातून होणारा पाण्याचा व पैशाचा प्रचंड अपव्यय टाळता येऊ शकतो.

आजच्या डिजिटल युगात जलाशयापासून ते वापराच्या जागेच्या नळापर्यंत विविध ठिकाणी सेन्सर्स बसवले जातात. पाणी वाहताना येणारा विशिष्ट आवाज, प्रवाहाचे प्रमाण, तापमान, दाब, कंपने वगैरे हे सेन्सर्स मोजतात. इंटरनेट ऑफ थिंग्स व मशीन लर्निंग अल्गोरिदम्सचा वापर करून या माहितीचा अचूक अर्थ लावता येणे आता शक्य होत आहे. त्यातून मिळणाऱ्या निष्कर्षांवरून कोणत्या जागी पाण्याची गळती आहे हे तत्काळ शोधता येऊ शकते, व त्यानुसार संबंधित व्हॉल्व बंद करून पुढील दुरुस्ती करता येते.

ओला व उबरसारख्या कार कंपन्यांचे अल्गोरिदम्स टॅक्सीपुलिंगचा पर्याय उपलब्ध करून देऊन प्रवाशांचा खर्च व इंधनाची बचत करण्यास मदत करतात. आर्टिफिशिअल इंटेलिजन्सवर आधारित वाहतुकीचे सिग्नल्स गाड्यांच्या संख्येनुसार वेळा बदलतात. त्यातून मानवी हस्तक्षेप कमी होतोच शिवाय वेळेची व इंधनाची प्रचंड बचत होते.

अन्नप्रक्रियेत कच्च्या मालाचे वर्गीकरण अत्यंत महत्त्वाचे असते. प्रत्येक भाजी, फळ वेगळे असते, तसेच प्रत्येक प्रकारच्या भाजीच्या व फळाच्या आकार व रंगानुसार त्यांचे वर्गीकरण करणे फार महत्त्वाचे असते. पण हे काम कंटाळवाणेही असते. त्यासाठी प्रचंड मानवी मेहनत लागते. परंतु आता अन्न सुरक्षा तसेच अन्नाच्या गुणवत्तेची हमी देण्यासाठी मशीन लर्निंग आणि मशीन व्हिजन म्हणजे फोटो किंवा व्हिडीओ विश्लेषण या आर्टिफिशिअल इंटेलिजन्सच्या तंत्रांचा वापर दिवसागणिक वाढतो आहे. त्यासाठी कित्येक सेन्सर्सची मदत घेतली जाते. त्यामुळे अगदी अणू-रेणूंची संरचना, आकार, रंग, पृष्ठभागाचा पोत अशा गोष्टींवरून शेतमालाचे वर्गीकरण केले जाते.

अन्न वाया घालवू नये असे आपले पूर्वज सांगत असत व आपणही त्याच दृष्टीने प्रयत्न करत असतो. परंतु रेस्टॉरंट्समधील वाया जाणाऱ्या अन्नाचे प्रमाण अजूनही प्रचंड आहे. हा एक मोठा आर्थिक व सामाजिक विषय तसेच समस्या आहे. विननाऊ (Winnow) या इंग्लंडमधील कंपनीने एक उपकरण तयार केले आहे. रेस्टॉरंटमधील कचऱ्याच्या डब्यांवर बसवल्यावर हे उपकरण वाया गेलेल्या अन्नाचे फोटो घेते व मशीन लर्निंग आणि मशीन व्हिजनचा वापर करून त्यातील घटक

पदार्थ ओळखते. प्रत्येक घटक पदार्थांच्या किंमती शोधून त्याचा लेखाजोखाही मांडते. यावरून व्यवस्थापनाला रेस्टॉरंटमधील अन्नाच्या अपव्ययाचा अंदाज येतो व अन्नाची नासाडी कमी करता येते.

इस्त्राईलसारख्या एकेकाळी दुष्काळी असलेल्या देशाने आधुनिक शेतीमध्ये आर्टिफिशिअल इंटेलिजन्सचा वापर करून प्रति एकरी उत्पन्नामध्ये उल्लेखनीय वाढ केली आहे. तेथील सरकार आणि कंपन्या या तंत्राचा सढळपणे वापर करू लागल्या आहेत. आता ते मोठ्या प्रगत राष्ट्रांनादेखील मदत करत आहेत. इंटेलिजन्ट रोबोट्सच्या साहाय्याने शेतातील तण शोधून नष्ट करणे आता शक्य झाले आहे. त्याचबरोबर प्रत्येक रोपाच्या वाढीप्रमाणे त्याला योग्य पाणी, खत देण्याचे काम हे रोबोट्स करतात. अशा पद्धतीने आर्टिफिशिअल इंटेलिजन्समुळे शेतीशी निगडित संसाधनांचा अधिक कार्यक्षमतेने उपयोग करता येऊ लागला आहे. याबरोबरच शेतीचे उत्पन्न वाढवणे, खते तसेच औषधांवरील खर्च कमी करणे, जमिनीचा कस वाढवणे हेही शक्य होत आहे.

भारतातही शेतीसंबंधी या तंत्रज्ञानाचा वापर मूळ धरतो आहे. ज्यामध्ये कीटकांचा प्रादुर्भाव तसेच शेती उत्पन्नाचा तंतोतंत अंदाज बांधणे, विविध फळे, फुले, बिया, जमीन, माती, पाणी, पिकांवरील कीड, त्यावरील उपाय, त्यांचे परिणाम, हवामान आदींची वर्गवारी करणे याचा समावेश आहे. आर्टिफिशिअल इंटेलिजन्सचा मूळ व सर्वसामान्य उद्देश यांतून सफल होताना दिसतो आहे. तो म्हणजे कमीतकमी संसाधनांचा वापर करून जास्तीतजास्त दर्जेदार व गुणवत्ता असणारे परिणाम व उत्पन्न मिळवणे. कीटकनाशके, औषधे, खते, पाणी, जमीन, मानवी कष्टांचा कमीतकमी वापर करून जास्तीतजास्त व दर्जेदार शेती उत्पन्न मिळवता येण्याच्या दृष्टीने विश्वासार्ह पाऊल पुढे पडत आहे.

आता मशीन लर्निंगच्या आधारे बनवलेले इंटेलिजन्ट सॉफ्टवेअर वापरून ड्रोन्स व तसेच उपग्रह घरांच्या व इमारतींच्या छतांच्या दर्जाचे मूल्यांकन केले जाते. त्यावरून पुढील मोसमासाठी डागडुजीच्या सूचनादेखील दिल्या जातात. त्यामुळे, छोट्या मोठ्या दुर्घटना टाळल्या जाऊन जीवित हानी कमी होण्यात मदत होत आहे. नासासारख्या संस्था मशीन लर्निंगवर आधारित सॉफ्टवेअर वापरून संपूर्ण देशातील आपत्तीप्रवण भागांच्या छायाचित्रांचे प्रत्येक तीन तासांत विश्लेषण करतात. त्यामुळे, आपत्तीबद्दलची आगाऊ सूचना मिळण्यास मोलाची मदत मिळते.

गेल्या दोन दशकांत जवळजवळ सर्वच उत्पादनांशी निगडित, मोठ्या व मध्यम आकाराच्या कंपन्यांनी इंटरनेट व डिजिटल तंत्रज्ञान वापरणे चालू केले आहे. त्यामुळे प्रचंड प्रमाणात माहिती अगदी प्रत्येक मिनिटाला उपलब्ध होत आहे. ही माहिती विविध प्रकारची असते. उत्पादन वेळा, मशीनच्या तापमानाचे आकडे, टूल्सची होणारी झीज, उत्पादनाचे इन्स्पेक्शन किंवा गुणवत्ता तपासणीचे फोटो ही या माहितीची काही प्रातिनिधिक उदाहरणे. अशी शेकडो प्रकारची माहिती केवळ एका मशीनमधून उपलब्ध होत आहे. या माहितीचा उपयोग उत्पादनाच्या खर्चात लक्षणीय कपात होण्यास तसेच मालाचा दर्जा उंचावण्यात होऊ शकतो.

आता कित्येक कंपन्या आर्टिफिशिअल इंटेलिजन्सचा वापर हाताशी असलेल्या माहितीचा योग्य अर्थ लावण्यासाठी तसेच सिस्टिम्समध्ये सुधारणा करण्यासाठी करत आहेत व त्यातून प्रत्यक्ष कामातील कार्यक्षमता वाढवणे, नवनवीन बदल करणे, आगामी काळातील आर्थिक आडाखे बांधणे वगैरे अधिक अचूकतेने तसेच लवकर शक्य होत आहे. मुख्य म्हणजे यातून उत्पादनाचा दर्जा तर वाढत आहेच, पण मशीन्समध्ये बिघाड होऊन काम ठप्प होणे, मानवी हस्तक्षेप कमी होणे हेही शक्य होत आहे.

मॅकेंझी या व्यवस्थापकीय क्षेत्रातील सल्लागार कंपनीच्या सर्वेक्षणानुसार मशीन लर्निंग अल्गोरिदम्सच्या वापरामुळे मालाची साठवणूक व पुरवठा सुरळीत तसेच योग्य प्रमाणात ठेवता येणे शक्य होऊन तोटा ६० टक्क्यांहून कमी झाला आहे. तसेच, माल साठवण्याचा खर्च ४० टक्क्यांहून कमी झाला आहे. अन्यथा हा वार्षिक तोटा काही लाख कोटी रुपयांपर्यंतही जाऊ शकतो. थोडक्यात सांगायचे झाले तर, कारखान्यातील; पर्यायाने देशातील संसाधनांचा कमीतकमी, काटेकोर व योग्य उपयोग करणे आर्टिफिशिअल इंटेलिजन्समुळे शक्य होऊ लागले आहे. म्हणजे, वेळ, परिश्रम, पैसे, जमीन, विविध धातू आदींचा गरजेपुरताच वापर करून दर्जेदार उत्पादन घेता येणे शक्य होत आहे. यामध्ये अजूनही मोठे विकासात्मक बदल होणे गरजेचे आहे, तसे बदल होतही आहेत. आर्टिफिशिअल इंटेलिजन्स तंत्र जसे अजून प्रगत होत जाईल, तसे आणखी अनेक सकारात्मक बदल प्रत्यक्षात उतरतील.

आर्टिफिशिअल इंटेलिजन्सच्या अशा अनेक उपयोगांमुळे संसाधनांची मोठी बचत होत असताना शाश्वततेच्या दृष्टीकोनातून समस्या उभ्या राहत आहेत. डीप सीक, चॅटजीपीटी, परप्लेक्सिटी, जेमिनी, कोपायलटसारखी आर्टिफिशिअल

इंटेलिजन्स मॉडेल्स स्वस्तात उपलब्ध झालेली आहेत. त्याचा आज सर्वच क्षेत्रांत प्रचंड उपयोग होत आहे. ही मॉडेल्स चालवण्यासाठी प्रचंड ऊर्जा लागते. विशिष्ट तापमान राखण्याठीही पाण्याचा अव्याहत पुरवठा लागतो. ऊर्जा व पाण्याच्या पुरवठ्यामध्ये यत्किंचितही खंड पडला, तर कॉम्प्युटिंग चिप्स खराब होऊ शकतात. त्यातून डेटा सेंटर्स व सर्व्हर्सचे आर्थिक नुकसान तर होण्याची शक्यता आहेच, पण त्यावर अवलंबून असणाऱ्या कामांवर 'न भूतो...' असा विपरीत परिणाम होण्याची शक्यता आहे.

आर्टिफिशिअल इंटेलिजन्सच्या वाढत्या वापराबरोबरच डेटा सेंटर्स व सर्व्हर्सची कॉम्प्युटिंग क्षमतादेखील वाढवावी लागणे अपरिहार्य आहे. आज जगात ५ हजारांहून अधिक डेटा सेंटर्स आहेत. ह्या सेंटर्सना लागणारी प्रचंड ऊर्जा आजही पारंपरिक ऊर्जा स्रोतांतूनच येते. यासाठीचा प्रत्येक देशाला उचलावा लागतो, शिवाय पारंपरिक ऊर्जेच्या उपयोगामुले प्रदूषण वाढते. या दृष्टीने संशोधनाच्या पातळीवर तसेच धोरणात्मक उपाय योजनादेखील केल्या जात आहेत, पण त्या खूपच तोकड्या पडत आहेत.

सर्व्हर्स व डेटा सेंटर्ससाठी पाण्याचा जो प्रचंड वापर होतो त्याला आज तरी पर्याय दिसत नाही. चॅटजीपीटीकडून साधारणपणे शंभर शब्दांचा एक ई-मेल लिहून घेताना तापणारे सर्व्हर्स थंड करण्यासाठी एक लिटर पाणी लागते. जगात प्रत्येक सेकंदाला कित्येक कोटी लोकांकडून होणारा चॅटजीपीटीसारख्या मॉडेल्सचा वापर पाहता प्रत्येक सेकंदाला लागणारी ऊर्जा, त्यातून होणारे प्रदूषण, सर्व्हर्स व डेटा सेंटर्स थंड करण्यासाठी लागणारे पाणी याबद्दल केवळ कल्पनाच केलेली बरी.

दमट हवेपेक्षा कोरड्या हवामानामुळे सर्व्हर्सचे आयुष्य वाढत असल्याने ही डेटा सेंटर्स आणि सर्व्हर्स सामान्यतः कोरड्या हवामानाच्या प्रदेशांत असतात कोरड्या हवामानाच्या प्रदेशांत पाणी पोचवणाऱ्या यंत्रणांवरदेखील ताण असतो. एका बाजूला आर्टिफिशिअल इंटेलिजन्सचा वापर संसाधनाच्या कमीतकमी वापरासाठी होत असताना, दुसऱ्या बाजूला पाणी व ऊर्जेचा वापर वाढत आहे. यामुळे प्रदूषणची समस्या गंभीर रूप धारण करण्याची शक्यता आहे. आर्टिफिशिअल इंटेलिजन्सचा नैतिक व गरजेपुरता वापर, त्याबद्दलचे शिक्षण व जागरूकता हाच आज यावरचा पर्याय दिसत आहे.

» » »

प्रकरण १३

एआय वापरातील तोटे, नीतिमत्ता, नियम व उपाय

आर्टिफिशिअल इंटेलिजन्स तंत्रज्ञानाचा मूळ हेतू ऑटोमेशन असा आहे आज रोजच्या जीवनाच्या प्रत्येक बाबतीत आर्टिफिशिअल इंटेलिजन्सचा वापर वाढतो आहे. आपण सर्वचजण येनकेन प्रकारे त्याचे वापरकर्ते व लाभार्थी आहोत. आजवर प्रगतीच्या प्रत्येक वळणावर व टप्प्यावर पुढील संभाव्य वाटचालीसंदर्भात, सर्वसाधारण बऱ्या-वाईट परिणामांबद्दल चर्वितचर्वण होत आले आहे, तसेच आर्टिफिशिअल इंटेलिजन्सच्या वापराबद्दलदेखील होत आहे. त्यातील जोखीम व तोटे यांचा अंदाज घेणे गरजेचे आहे.

गूगलचे डॉ. जेफ्री हिंटन यांना आर्टिफिशिअल इंटेलिजन्सचे जनक मानले जाते. आर्टिफिशिअल इंटेलिजन्सच्या साधकबाधक वापराबद्दल भीती व्यक्त करीत डॉ. हिंटन यांनी २०२३मध्ये गूगलचा राजीनामा दिला. त्यांच्या मते, जीपीटीसारखे तंत्रज्ञान चुकीच्या हातांमध्ये पडल्यास संपूर्ण मानव जातीला धोका संभवतो.

मानव एक जैविक संस्था आहे. त्याच्या शिकण्याच्या वेगाला आणि क्षमतेला मर्यादा आहेत, पण आर्टिफिशिअल इंटेलिजन्स एका डिजिटल संस्थेचे प्रतिनिधित्व करतो. एखादी डिजिटल प्रणाली जेव्हा काही नवीन शिकेल, तेव्हा ते लगेच इतर

हजारो प्रणालींशी शेअर होईल आणि त्या सर्व प्रणाली वेगाने शिकत जातील. त्यामुळे पुढे मानवाला आर्टिफिशिअल इंटेलिजन्सबरोबर स्पर्धा करणे अशक्य होईल.

डॉ. जेफ्री हिंटन

रशियन राष्ट्राध्यक्षांचे उदाहरण देऊन डॉ. हिंटन म्हणतात, की अशा डिजिटल प्रणालींना काही वाईट काम नेमून दिल्यास किंवा तशी स्वायत्तता दिल्यास, दुसऱ्या देशांनाही मोठा धोका निर्माण होऊ शकतो. जीपीटी तंत्रज्ञानाची झपाट्याने होत असलेली प्रगती आणि त्याची वैश्विक स्तरावरील स्वीकृती व वापर यावरून जगातील आर्टिफिशिअल इंटेलिजन्सशी संबंधित डझनभर शास्त्रज्ञांनी यावरील पुढील संशोधन सहा महिन्यांसाठी त्वरित थांबवावे अशी मागणी केली होती. या वेळेचा वापर जगातील देशांनी एकत्र येऊन त्याच्या नैतिक वापरासाठी कायदे व मार्गदर्शक तत्त्वे बनवण्यासाठी वापरला जावा, असे त्यांचे म्हणणे होते.

परंतु डॉ. हिंटन यांच्या मते, एका देशाने त्याचे आर्टिफिशिअल इंटेलिजन्सवरील संशोधन काही महिन्यांसाठी थांबवले, तरी चीनसारखे इतर देश बरेच पुढे निघून जातील. म्हणून त्यांच्या मते, शास्त्रज्ञ त्यांची कामे करत असताना प्रत्येक देशाने आर्टिफिशिअल इंटेलिजन्सबाबत त्यांची ध्येय व धोरणे ठरवावीत. त्यामुळे संशोधनाला एक नैतिक दिशा तर मिळेलच, पण त्याचबरोबर ते वापरणाऱ्या आणि न वापरणाऱ्याही लोकांच्या सुरक्षेची काळजी व हमीही घेतली जाईल.

इंटरनेटवर सर्वत्र डीप लर्निंगच्या वापरातून बनवलेले फसवे फोटो, व्हिडिओ व मजकूराचे प्रमाण वाढत आहे, असे डॉ. हिंटन यांच्याबरोबरच इतरही अनेक शास्त्रज्ञांना वाटते. डीपफेक तंत्रज्ञानामुळे एखाद्या व्यक्तीप्रमाणेच एखाद्या देशासंदर्भातही बनावट फोटो, व्हिडिओ अशा गोष्टी पसरवल्या जाऊ शकतात. अगदी एखाद्या शहरातील एखाद्या रस्त्यावर काहीतरी अप्रिय घडल्याचे फोटो व व्हिडिओ बनवून लोकांची दिशाभूल करून वेगळाच काही कार्यभाग साधला जाऊ शकतो.

आधी उल्लेख केल्याप्रमाणे आर्टिफिशिअल इंटेलिजन्स तंत्रज्ञान वापरून मिळालेल्या उत्तरांचे स्पष्टीकरण मिळणेही फार महत्त्वाचे आहे. ही संकल्पना म्हणजेच एक्सप्लेनेबल आर्टिफिशिअल इंटेलिजन्स. एखाद्या उत्तराची

कारणमीमांसा करणे नैतिकदृष्ट्या गरजेचे आहे, म्हणजे वापरकर्त्याला ते उत्तर स्वीकारायचे किंवा नाही याचा निर्णय घेता येतो. अर्थात केवळ आर्टिफिशिअल इंटेलिजन्सच्या फायद्यांवर भर देऊन सुरक्षितता व संभाव्य धोक्यांवरील चर्चा टाळण्यावर भर दिला जात असताना प्रत्येक वापरकर्त्याने मिळालेल्या उत्तराची मीमांसा करणे अत्यंत गरजेचे आहे. त्यातून पुढील साधकबाधक परिणामांची आगाऊ कल्पना येऊ शकते.

व्यवस्थापकीय क्षेत्रातील आघाडीची कंपनी असलेल्या 'मॅकेंझी'ने वर्तवलेल्या अंदाजानुसार आर्टिफिशिअल इंटेलिजन्समुळे नवीन नोकऱ्या काही प्रमाणात तयार जरी होत असल्या तरी, २०३०पर्यंत सध्याच्या जगातील कमीतकमी ३० टक्के नोकऱ्या संपुष्टात येतील. आर्टिफिशिअल इंटेलिजन्सवर आधारलेले ऑटोमेशन हे त्यामागील प्रमुख कारण असेल. इथे प्रत्येक नोकरदार व व्यावसायिकाला सतत प्रयत्नशील राहून अत्याधुनिक तंत्रज्ञानाशी स्वतःला जोडून घेऊन अद्ययावत ज्ञान व कौशल्य संपादित करत राहण्याची गरज निर्माण होते. संभाव्य धोका टाळण्याचा हा एक महत्त्वाचा मार्ग असेल.

माणूस हा कळपात राहणारा म्हणजेच सामाजिक प्राणी आहे. कळपात राहण्यासाठी सर्व माणसे एकमेकांशी प्रत्यक्ष किंवा अप्रत्यक्षपणे जोडली गेलेली असतात. याचा गैरफायदा घेऊन कळप तोडण्यासाठी; कळपाला हवे तसे प्रभावित करण्यासाठी एकीकडे विविध देशांच्या राज्यकर्त्यांकडून आणि दुसरीकडे समाजविघातक शक्तींकडूनही आर्टिफिशिअल इंटेलिजन्सचा वापर होताना दिसतो आहे. एखाद्या व्यक्तीचा राजकीय कल, त्याच्या पुढील संभाव्य गरजांचा अंदाज बांधणे हे बऱ्याच प्रमाणात शक्य होत असल्यामुळे गोपनीयतेचा भंग होण्याची भीती वाढत आहे.

त्याचे ठळक उदाहरण म्हणजे 'टिकटॉक' या बाईटडान्स नावाच्या चिनी कंपनीचा सोशल मीडिया प्लॅटफॉर्म. २०१७मध्ये चिनी सरकारने बनवलेल्या 'नॅशनल इंटेलिजन्स लॉ'नुसार कोणत्याही चिनी कंपनीने जगात कोठेही, कसलाही व्यवहार केल्यास संबंधित व्यक्तींची सर्व माहिती तेथील सरकारला देणे बंधनकारक आहे. त्यानुसार बाईटडान्स कंपनीवरही टिकटॉकच्या सर्व युझर्सची माहिती चिनी सरकारला देणे बंधनकारक आहे. त्याआधीही चिनी सरकारवर जगातील विविध देशांच्या नागरिकांची माहिती गोळा केल्याचे आरोप होत होतेच.

२०१७मध्ये त्यावर शिक्कामोर्तब झाले. त्यातून पुढे चिनी सरकार महत्त्वाच्या लोकांवर तसेच अमेरिकन नागरिकांवर पाळत ठेवते;टिकटॉकच्या 'फॉर यू' या फीचरच्या माध्यमातून त्यांचे मत परिवर्तन करते, असे आरोप होऊ लागले. त्याचे कित्येक पुरावे समोर येऊ लागले. पॅलेस्टाईन-इस्राईल संघर्षात पॅलेस्टाईनला पाठिंबा मिळावा म्हणून सहानुभूती निर्माण होणाऱ्या व्हिडिओंचा प्रसार अधिक केला गेला हे याचे उत्तम उदाहरण आहे.

अमेरिकेतील लहान मुलांची वैयक्तिक माहिती पालकांच्या सहमतीविना गोळा करण्यात आल्याचे एक प्रकरण २०१९मध्ये चर्चेत होते. हे प्रकरण बंद करण्यासाठी संबंधितांना ४ हजार कोटी रुपयांचा दंड भरावा लागला होता. त्याशिवाय बांगलादेश, इंडोनेशियासारख्या देशांमध्ये ईशनिंदा होईल असे व्हिडिओ प्रसारित करणे, अश्लील व्हिडिओ पसरवण्यासाठी प्लॅटफॉर्म उपलब्ध करून देणे हीदेखील तंत्रज्ञानाच्या गैरवापराचीच उदाहरणे आहेत.

काही मुलांनी टिकटॉकवर प्रेरणादायी व्हिडिओ सर्च केल्यावर त्यांना आत्महत्येसाठी प्रवृत्त करणारे व्हिडिओ सुचवण्यात आल्याच्या प्रकरणावर अमेरिकी सिनेट सदस्य टॉम कॉटन यांनी भर दिला होता. काही मुले त्या व्हिडिओंना बळीही पडली होती. बाईटडान्समधील कर्मचाऱ्यांवर अमेरिकी प्रशासनातील अधिकाऱ्यांची गोपनीय कागदपत्रे मिळवणे, टिकटॉक वापरणाऱ्या पत्रकारांवर नजर ठेवणे, त्यांच्या कॉम्प्युटर्सचे आयपी अॅड्रेसेस, त्यांच्या घरांची लोकेशन मिळवणे, असे आरोपही दोन वर्षांपूर्वीच सिद्ध झाले होते.

आणखी एक अमेरिकी सिनेट सदस्य टेड क्रूझ यांनी निदर्शनास आणून दिल्याप्रमाणे, एकाच प्रकारच्या सर्च की-वर्डसाठी चीनमध्ये शिक्षण, तंत्रज्ञान, आदींचे व्हिडिओ दाखवले जातात, तर इतर देशांत धार्मिक, तसेच भावनांशी निगडित व्हिडिओ दाखवले जातात. त्याचप्रमाणे, चीनला अडचणीचे ठरणारे हॉँगकॉँग, तिआनमेन चौक, तिबेट आदी विषयांवरील व्हिडिओ टिकटॉकवर जवळजवळ नाहीतच. म्हणूनच वापरकर्त्यांनी डोळे उघडे ठेवण्याची जशी गरज आहे, तशीच गरज विविध देशांच्या सरकारांनीही तंत्रज्ञानाच्या वापराबद्दल सर्वंकष शिक्षण वेळीच देणे महत्त्वाचे आहे.

अमेरिकेतील प्रिन्स्टन विद्यापीठातील प्राध्यापक डॉ. ओल्गा रास्कोव्हिस्की यांनी आर्टिफिशिअल इंटेलिजन्सबाबत एक अत्यंत महत्त्वाचे संशोधन मांडले

आहे. हे तंत्रज्ञान विकसित करणाऱ्या संशोधकांमध्ये जवळजवळ सर्वच पुरुष आहेत आणि ते काही ठरावीक सामाजिक व आर्थिक थरांतले आहेत. समाजाच्या अन्य स्तरांबरोबरचा त्यांचा संपर्क मर्यादीत असल्याने आर्टिफिशिअल इंटेलिजन्सचे अल्गोरिदम्स पक्षपाती असू शकतात, असे त्यांचे संशोधन सांगते.

डॉ. ओल्गा रास्कोव्हिस्की

युनेस्कोच्या एका अहवालानुसार जगातील जवळजवळ ७ हजार भाषांपैकी केवळ १०० भाषांतील संदर्भ घेऊन चॅट बॉट्स बनवण्यात आलेले आहेत. त्यामुळे केवळ युरोपातील व उत्तर अमेरिकेतील भाषांमधून मिळवलेल्या ज्ञानाचा वापर जगातील इतर खंडांच्या समस्यांसाठी होत आहे. त्यामुळेच बऱ्याचदा काही स्थानिक बोली भाषा, उच्चार, जगाच्या त्या त्या भागांच्या इतिहासातील प्रमुख व्यक्ती आदी बाबी समजून घेण्यात आर्टिफिशिअल इंटेलिजन्स अजूनही कमी पडत आहे. याचाच परिणाम म्हणजे एखाद्या व्यक्तीच्या चांगल्या कार्याबद्दल संपूर्णपणे चुकीची किंवा विरुद्ध प्रकारची माहिती देण्याचे प्रकार घडतात आणि त्यातून काही वेळेस सामाजिक अशांततेचे वातावरणदेखील निर्माण होण्याचे प्रकार घडले आहेत.

अमेरिका व युरोपमधील कित्येक देशांतील सरकारे गुन्हेगारी नियंत्रणासाठी आर्टिफिशिअल इंटेलिजन्स आधारित अल्गोरिदम्स वापरत आहेत. एखाद्या शहरातील एखाद्या भागात गुन्हा घडण्याचा अंदाज अल्गोरिदम्सद्वारे व्यक्त झाला तर त्या परिसरात कोम्बिंग ऑपरेशन्स केली जातात. त्यांचा उपयोग होतो असे दिसत असले तरी ठरावीक वंशाच्या लोकांना लक्ष्य केल्याचे दाखले अमेरिकेत समोर येत आहेत.

आता सर्वच स्तरावर आर्टिफिशिअल इंटेलिजन्सचा सल्ला घेण्यात विशेष करून शालेय विद्यार्थी व महाविद्यालयीन तरुणांचा कल दिसत आहे. त्यामुळे गंभीरपणे एखाद्या परिस्थितीचे मूल्यमापन करणे व त्यावर सारासार विचार करण्याचे काम सर्रास आर्टिफिशिअल इंटेलिजन्सवर सोपविले जाते. याचा विपरीत परिणाम मानवी मेंदू विकसित होण्यावर होऊ लागला आहे. त्यामुळे मानवाच्या सर्वसाधारण निर्णय क्षमतेवर आघात होत आहेत. पण पालक, शिक्षक व विद्यार्थी

सर्वच त्या चक्रात स्वतःहून झोकून देत असल्यामुळे भविष्यात त्याचे गंभीर परिणाम होणे अपरिहार्य दिसत आहे.

आर्टिफिशिअल इंटेलिजन्स क्षेत्रातील कितीतरी कंपन्या आता ईईजी किंवा सेन्सर्स अंगावर किंवा डोक्यावर बसवण्यापेक्षा दुरूनच येनकेन प्रकारे मेंदूतील बदल शोधण्यावर भर देत आहेत. याचे साधक आणि बाधक असे दोन्ही पैलू आहेत. या प्रक्रियांच्या दुरुपयोगांचा विचार केल्यास मात्र एखाद्या कंपनीच्या सॉफ्टवेअरने आपल्या मेंदूतील माहिती शोधणे हे एक मोठे संकट ठरू शकते. ती माहिती चुकीच्या हातात पडू शकते, त्यानुसार प्रत्येक व्यक्तीचा स्वभाव, आवडीनिवडी, तसेच अगदी अत्यंत खासगी विचारही दुसऱ्याला समजू शकतात. आधी सांगितल्याप्रमाणे दिव्यांग व अर्धांगवायूसारख्या आजारांच्या रुग्णांसाठी हे तंत्र वरदान ठरू शकते. राष्ट्रीय सुरक्षा गुन्हेगारीच्या दृष्टीनेही ते सकारात्मक बाब ठरू शकते. मात्र सामान्य माणसांसाठी मात्र ती एक डोकेदुखीही ठरू शकते.

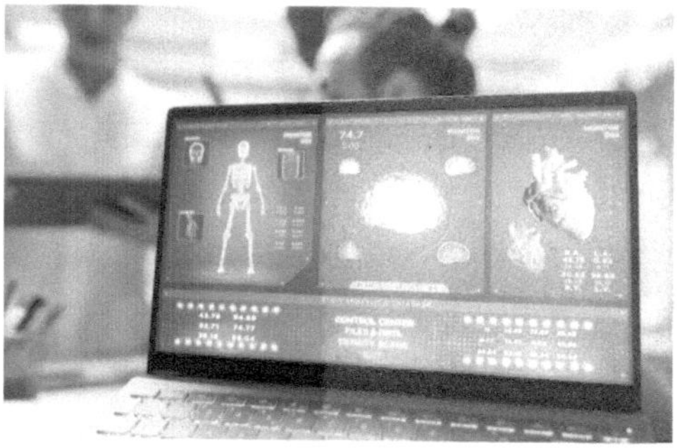

कोणतेही तंत्रज्ञान हे प्रायः तटस्थच असते. त्याचे परिणाम वापर करणाऱ्यांच्या उद्देशांवर ठरत असतात. उद्दात हेतूंच्या बुरख्याआड आपली अत्यंत खासगी माहिती मिळवली जाऊ शकते. तीच पुढे वेगवेगळ्या जाहिरात करणाऱ्या कंपन्या किंवा देशांतल्या वा बाहेरच्याही अवांच्छित व्यक्तींपर्यंत पोचवली जाऊ शकते. प्रशासकीय, संरक्षण विभागातील व्यक्तींसह देशातील महत्त्वाच्या व्यक्तींच्या मेंदूतील माहिती चोरली जाऊ शकते. त्या अनुषंगाने राष्ट्रीय सुरक्षेच्या दृष्टीने पावले उचलणे नजिकचिया भविष्यात गरजेचे आहे.

त्याचप्रमाणे, आपल्या देशातील समाज रचना व गुंतागुंत पाहता आर्टिफिशिअल इंटेलिजन्सच्या वापरासाठी आचारसंहिता व कायदे लागू करणे गरजेचे आहे. अन्यथा त्याचे गंभीर परिणाम नजीकच्या काळात भोगावे लागू शकतात.

अमेरिकेच्या माजी उपाध्यक्ष कमला हॅरिस यांनी २०२३मध्ये गूगल, मायक्रोसॉफ्ट, जीपीटी तंत्रज्ञान बनवणारी ओपन-एआय वगैरे कंपन्यांच्या

सीईओंसोबत बैठक घेऊन १४ कोटी डॉलरच्या निधीची घोषणा केली. त्याचा उपयोग शेती तसेच हवामान विषयक संशोधनासाठी नैतिक जबाबदारी पाळूनच केला जाणे अपेक्षित असल्याचे त्यावेळी सर्वानुमते ठरवण्यात आले. त्यामुळे सर्वांसाठी एक नवीन पायंडा घालून दिला जाऊ शकतो.

वापरकर्ता तंत्रज्ञानाची दिशा ठरवतो तसेच बरे वाईट परिणामही ठरवतो. अगदी अणुऊर्जेचेही तसेच आहे. अणूच्या विभाजनातून घरांसाठी व उद्योगांना जगवण्यासाठी ऊर्जा बनवता येते, आणि त्याच तंत्राचा वापर लाखो लोकांना क्षणार्धात ठार मारण्यासाठीसुद्धा करता येतो. अणुऊर्जेच्या वापरासाठी जशी मार्गदर्शक तत्त्वे आहेत आणि ती पाळणेदेखील बंधनकारक आहेत, तशीच तत्त्वे आर्टिफिशिअल इंटेलिजन्स क्षेत्रातील संशोधनासाठी व वापरासाठी देखील लवकरात लवकर तयार केली पाहिजेत.

आर्टिफिशिअल इंटेलिजन्सला आपला सहकारी म्हणून घेतले तरच सर्व संसाधनांचा योग्य वापर होऊन आपले जीवनमान उंचावणे शक्य होणार आहे. महत्त्वाचे म्हणजे, नैतिकतेचे धडे शाळेपासूनच गिरवले तर कोणत्याही तंत्रज्ञानाच्या गैरवापराची शक्यता उरणार नाही. हे तंत्रज्ञान निर्माण करताना नैतिकतेची कास न सोडता केवळ विधायक कामासाठीच त्याचा उपयोग व्हावा यासाठी भारताबरोबरच इतर देशांतील सरकारे विविध धोरणे तयार करीत आहे. त्याचबरोबर सर्व वापरावर देखरेख ठेवता येणे शक्य होईल अशी काही सॉफ्टवेअर्स देखील बनवण्याचे प्रयत्न सुरू आहेत. हीदेखील नव्या संशोधनासाठी एआयनेच आणलेली संधी आहे.

»»»

प्रकरण १४

एआय इम्पॅक्ट समिट्स

आर्टिफिशिअल इंटेलिजन्सचे विविध क्षेत्रातील उपयोग, त्या आधारे विस्तारणारे उद्योगांमुळे जवळजवळ सर्व विकसीत व विकसनशील देश आर्टिफिशिअल इंटेलिजन्सच्या वापराबद्दलच्या संकेतांबाबत वैश्विक चर्चांची गरज अधोरेखित करीत आहेत. सर्वानुमते काही धोरणे, आर्टिफिशिअल इंटेलिजन्सच्या नैतिक वापराबद्दलची सूत्रे निर्माण करणे, मालकी हक्क असे वेगवेगळे मुद्दे ढोबळ मानाने केंद्रस्थानी असणे अपेक्षित आहे.

या पार्श्वभूमीवर सन २०२३मध्ये पहिली 'आर्टिफिशिअल इंटेलिजन्स सेफ्टी समिट' ब्रिटनमधील ब्लेचलेपार्क येथे भरवण्यात आली. या पहिल्या परिषदेत सहभागी झालेल्या भारत, अमेरिका आणि चीनसह २८ देशांनी फ्रंटिअर एआयच्या धोक्यांसंदर्भातल्या 'ब्लेचले डिक्लरेशन'वर स्वाक्षऱ्या केल्या होत्या.

दक्षिण कोरियाची राजधानी असलेल्या सोल येथे २०२४मध्ये झालेल्या दुसऱ्या समिटमध्ये मुख्यत्वे सुरक्षा, नावीन्य आणि सर्वसमावेशकतेवर चर्चा झाल्या. तिसरी आर्टिफिशिअल इंटेलिजन्स ॲक्शन समिट फेब्रुवारी २०२५मध्ये पॅरिस येथे झाली. आधी उल्लेख झाल्याप्रमाणे फ्रान्सचे अध्यक्ष इमॅन्युएल मॅक्रॉन परिषदेचे अध्यक्ष होते तर भारताचे पंतप्रधान नरेंद्र मोदी यांनी परिषदेचे उपाध्यक्षपद भूषवले होते. आर्टिफिशिअल इंटेलिजन्सवरील चर्चा प्रत्यक्ष नियामक कृतीकडे

नेताना आर्टिफिशिअल इंटेलिजन्सचा वापर विश्वासार्ह असावा, शाश्वत असावा व त्यासाठी सर्वानुमते सूत्रे तयात व्हावीत असा या परिषदेसमोरील महत्त्वाचा विषय होता. या ठरावावर एकूण ५८ देशांनी स्वाक्षऱ्या केल्या.

जगातील सर्वाधिक डेटा व आर्टिफिशिअल इंटेलिजन्सचा वापर भारत व चीन मधे होतो. त्यामुळे आर्टिफिशिअल इंटेलिजन्सच्या शाश्वत व विश्वासार्ह वापरासाठी या दोन देशांचा पुढाकार खऱ्या अर्थाने महत्त्वाचा ठरतो.

फेब्रुवारी २०२६मध्ये झालेल्या चौथ्या इंडिया एआय इम्पॅक्ट समिटचे अध्यक्षपद भारताकडे होते. आपण आधी चर्चा केली त्याप्रमाणे पंतप्रधान नरेंद्र मोदी यांनी 'आर्टिफिशिअल इंटेलिजन्स हा धोका नाही तर भाग्य व भविष्य आहे' असे एक महत्त्वाचे सूत्र मांडले. या जगातील आजवरच्या सर्वात मोठ्या एआय इम्पॅक्ट समिटसाठी शंभरहून अधिक देशांचे प्रतिनिधी उपस्थित होते.

आर्टिफिशिअल इंटेलिजन्सचा उपयोग माणसाच्या हितासाठी आणि प्रगतीसाठी झाला पाहिजे, आणि त्याबरोबरीने पर्यावरणाचे हित व समतोलसुद्धा जपला गेला पाहिजे, या त्रिसूत्रीवर या परिषदेत भर देण्यात आला होता. ही त्रिसूत्री समर्थपणे राबवण्यासाठी व आर्टिफिशिअल इंटेलिजन्सचे परिणाम मोजण्यासाठी सात कृतींवर भर देण्यात येणार आहे. त्या अशा :

१. लोकांचा सहभाग वाढवणे
२. सामाजिक दृढता वृद्धिंगत करणे
३. सुरक्षित व विश्वासार्ह आर्टिफिशिअल इंटेलिजन्स टूल्स बनवणे
४. आर्टिफिशिअल इंटेलिजन्ससाठी शास्त्रोक्त पद्धतीने संशोधन करणे
५. नव्या शोधांवर भर देऊन, औद्योगिक कार्यक्षमता वाढवणे
६. आर्टिफिशिअल इंटेलिजन्सचे लोकशाहीकरण करणे
७. समाजाचा आर्थिक स्तर उंचावणे

समाजाच्या सर्व स्तरांपर्यंत आर्टिफिशिअल इंटेलिजन्सचा लाभ पोचावा यासाठी सार्वत्रिक व सर्वंकष प्रयत्न करताना आर्टिफिशिअल इंटेलिजन्सबद्दलचे गैरसमज दूर करणे, त्याचा गैरवापर रोखणे व वापराची विश्वासार्हता वाढवून शासनाच्या विविध प्रक्रियांमधे त्याचा समावेश करण्याचाही या सर्व प्रयत्नांमध्ये समावेश आहे. यातून शासन दरबारी निर्णय क्षमता तसेच पारदर्शकता वाढवण्यात मदत होणे क्रमप्राप्त आहे.

याच प्रयत्नांचा पुढचा भाग २०२७च्या पूर्वार्धात स्वित्झर्लंडमधील जिनिव्हामध्ये पाचवी आर्टिफिशिअल इंटेलिजन्स समिट होत आहे. आर्टिफिशिअल इंटेलिजन्स आधारित प्रशासन, सर्वांसाठी व सर्वांच्या भल्यासाठी आर्टिफिशिअल इंटेलिजन्स म्हणजेच त्याचे लोकशाहीकरण आंतरराष्ट्रीय सहकार्य आणि संस्थात्मक बांधणी आदी मुद्द्यांवर जिनिव्हामध्ये चर्चा होणे अपेक्षित आहे.

या सर्व चर्चा, विचारविनिमयातून होणाऱ्या निर्णयांमधून आर्टिफिशिअल इंटेलिजन्सचा वापर अधिकाधिक सुनियोजित आणि सुरक्षित होत जाईल. त्याचबरोबर वैज्ञानिक कक्षा अधिक रुंद करण्यासाठी वैश्विक पातळीवर आर्टिफिशिअल इंटेलिजन्सचा वापर होणे, वैश्विक हितासाठी डेटाची आणि कॉम्प्युटिंग सुविधांसाठीच्या सहयोगाची देवाणघेवाण, आंतरशाखीय सहयोगात वाढ, ऊर्जेचा कमीतकमी वापर, अधिक कार्यक्षम अल्गोरिदम्सची निर्मती यावरील संशोधनासाठी व त्यावर आधारलेली ॲप्स व अन्य सुविधांनिर्मितीच्या मार्गाने जगभरात अनेक संधी खुल्या होतील हे निःसंशय. यासाठी आर्टिफिशिअल इंटेलिजन्स समजावून घेणे व आत्मसात करणे नजिकच्या भविष्यात अतीव गरजेचे ठरणार आहे.

»»»

पारिभाषिक संकल्पना

- **अल्गोरिदम (संगणकीय प्रणाली)**: प्रॉब्लेम सोडवण्याची एक पद्धत. यामध्ये काही ठरावीक नियम, साचेबद्ध पद्धतीने पुन्हा पुन्हा लागू करून योग्य उत्तर शोधता येते.
- **आर्टिफिशिअल इंटेलिजन्स / कृत्रिम बुद्धिमत्ता :** नैसर्गिक बुद्धिमत्तेचे गणिती रूपांतर करून, त्याचे पुढे कॉम्प्युटर प्रोग्रामिंग करणे. त्यामुळे तो प्रोग्रॅम नैसर्गिक बुद्धिमत्तेप्रमाणे वागू लागतो.
- **आर्टिफिशिअल न्यूरल नेटवर्क :** मानवी मेंदूतील जैविक व रासायनिक प्रक्रियांचे गणिती रूपकात्मक मॉडेल.
- **ॲनालिटिकल स्किल्स :** डेटा समजून घेऊन, त्याचा विविध पद्धतीने अर्थ लावणे, निष्कर्ष काढणे, व त्याच्या मदतीने प्रॉब्लेम सोडवणे.
- **ऑगमेंटेड रिॲलिटी :** एखाद्या रिअल सिस्टिममध्ये डिजिटल (आभासी) स्वरूपातील माहितीची भर घालून युझरला शक्य तितक्या सूचना पुरवणे. उत्पादन क्षेत्र, पर्यटन अशा विविध क्षेत्रांतील अधिकाधिक माहिती पुरवण्यासाठी उपयोग येणारी प्रणाली.
- **ऑटोमेशन :** मानवी हस्तक्षेप कमीतकमी ठेवून माणसांकडून होणारी कामे यंत्रांद्वारे करवून घेणे.
- **बिग डेटा :** फोटो, व्हिडिओ, मजकूर अशा विविध प्रकारचा माहितीचा प्रचंड मोठा साठा. हा निर्माण होण्याचा वेग प्रचंड असतो व त्याचे विश्लेषणदेखील त्याच वेगाने करणे आव्हानात्मक असते.

- **डीप लर्निंग :** विशाल आर्टिफिशिअल न्यूरल नेटवर्क वापरून फोटो, व्हिडिओ आदींमधील माहितीचे विश्लेषण करणारे मॉडेल.
- **इंटेलिजन्ट अल्गोरिदम्स :** स्वतःहून शिकत जाणारे अल्गोरिदम्स. असे अल्गोरिदम्स समस्येच्या उत्तरानुसार प्रगल्भदेखील होत जातात.
- **इंटेलिजन्ट मशीन :** इंटेलिजन्ट अल्गोरिदम्सचा वापर करून शिकत जाणारे यंत्र.
- **एक्सप्लेनेबल आर्टिफिशिअल इंटेलिजन्स :** प्रश्नाचे उत्तर शोधून त्यामागची कारण मीमांसादेखील देणारी इंटेलिजन्ट प्रणाली. वैद्यकीय क्षेत्रात निदान करण्यासाठी याचा प्रामुख्याने वापर होतो.
- **गिग इकॉनॉमी :** केवळ स्किल्स आणि दिलेले काम यावरून मोबदला देणारे लेबर मार्केट. (विशिष्ट वेळेपुरते काम आणि त्या कामाचा मोबदला यावर आधारित ही अर्थव्यवस्था आहे.)
- **जनरेटिव्ह आर्टिफिशिअल इंटेलिजन्स :** साठवलेल्या डेटाच्या आधारे नवीन डेटा फोटो, व्हिडिओ, मजकूर आदींच्या स्वरूपात निर्माण करणारे तंत्र.
- **लार्ज लँग्वेज मॉडेल (एलएलएम) :** युझरच्या भाषेतील मजकूर समजून घेऊन साठवलेल्या प्रचंड माहितीच्या आधारे त्या मजकुराचे विशेलेषण करून नवीन मजकूर तयार करून देणारी प्रणाली. यात फोटो व व्हिडिओ - त्यातील विविध वस्तू, व्यक्ती, भाषा अशा विविध प्रकारच्या माहितीचे विश्लेषण केले जाते.
- **मशीन लर्निंग :** अल्गोरिदम्स वापरून, डेटामधील विविध पॅटर्न शोधून, त्यांचा अर्थ लावणे.
- **मेटाव्हर्स :** हे एक डिजिटल (आभासी) युनिव्हर्स किंवा विश्व आहे. व्हर्च्युअल रिॲलिटी, ऑगमेंटेड रिॲलिटी आणि आर्टिफिशिअल इंटेलिजन्स या संकल्पना इथे वापरल्या जातात. नील स्टिफन्सन या अमेरिकी लेखकाने १९९२मध्ये लिहिलेल्या 'स्नो क्रॅश' या विज्ञानकथेत ही कल्पना सर्वप्रथम मांडली होती.
- **स्मार्ट सिटी :** ही संकल्पना शहरातील पाणी पुरवठा, सुरक्षा, वाहतूक नियमन आदी विविध सिस्टिम्स तसेच करभरणा वगैरे सुविधांचे संपूर्ण ऑटोमेशन करून व समस्यांचे त्वरित निराकरण करण्यावर भर देते.

- **स्मॉल लँग्वेज मॉडेल (एसएलएम):** तुलनेने कमी डेटा आणि कमी संगणकीय क्षमतेचा वापर करणारे विशिष्ट कामांसाठी डिझाईन केलेली आर्टिफिशिअल इंटेलिजन्स प्रणाली. ही प्रणाली मोबाईल फोन किंवा स्थानिक उपकरणांवरही वेगाने काम करू शकते.
- **स्टार्टअप :** संशोधनआधारित एखादे उत्पादन तयार करणारी नवी कंपनी, ज्यामध्ये नवनवीन कल्पनांसाठी नवनवीन तंत्रज्ञानांचा दीर्घकालीन वापर अपेक्षित आहे.
- **व्हर्च्युअल रिऍलिटी:** एखाद्या सिस्टिमची संपूर्णपणे डिजिटल (आभासी) स्वरूपात मांडणी करून युझरला त्याचा अनुभव देणे. विमानोड्डाणाचे तसेच लष्करी प्रशिक्षण, गेमिंग अशा एक ना अनेक विभागांत प्रशिक्षण देण्यासाठी या प्रणालीचा वापर केला जातो.

लेखक परिचय

डॉ. आनंद ज. कुलकर्णी

डॉ. आनंद ज. कुलकर्णी यांनी कोल्हापूर येथील शिवाजी विद्यापीठातून मेकॅनिकल इंजिनिअरिंग मधून पदवी व मुंबईतील बोर्ड ऑफ टेक्निकल एज्युकेशन येथून पदविका मिळवलेली आहे. संशोधनात तसेच आर्टिफिशिअल इंटेलिजन्समध्ये विशेष रस निर्माण झाल्यामुळे पुढे त्यांनी त्या विषयात कॅनडातील युनिव्हर्सिटी ऑफ रजायना येथून पदव्युत्तर शिक्षण पूर्ण केले व त्यानंतर सिंगापूर येथील जगप्रसिद्ध नानयांग टेकनॉलॉजिकल युनिव्हर्सिटी येथून डॉक्टरेट पूर्ण केली. त्याचबरोबर कॅनडातील युनिव्हर्सिटी ऑफ विंड्सर येथे आरोग्यसेवा तसेच वाहतूक या विषयांत रिसर्च फेलोशिपसुद्धा पूर्ण केली. त्यानंतर त्यांनी पुण्यातील सिम्बायोसिस आंतरराष्ट्रीय विद्यापीठात मेकॅनिकल इंजिनिअरिंगचे विभागप्रमुख तसेच प्राध्यापक व संशोधक म्हणून सहा वर्षे काम केले.

डॉ. कुलकर्णी सध्या पुण्यातील एमआयटी वर्ल्डपिस युनिव्हर्सिटीमध्ये रिसर्च इन्स्टिट्यूट ऑफ आर्टिफिशिअल इंटेलिजन्सचे संचालक म्हणून कार्यरत आहेत. त्यांनी आजपर्यंत कित्येक विविध कीटकांवर तसेच मानव समूहांच्या व प्राण्यांच्या कळपांच्या वर्तणुकींचे गणिती रूपांतर व पुढे कॉम्प्युटर कोडींग करून इंटेलिजन्ट अल्गोरिदम्स तयार केले आहेत. त्यांच्या कोहर्ट इंटेलिजन्स, आयडियॉलॉजी

अल्गोरिदम्स, प्रोबॅबिलिटी कलेक्टिव्हज, स्नेल होमिन्ग अँड मेटींग सर्च अल्गोरिदम्स आदी अल्गोरिदम्सपद्धती जगभरात विविध क्षेत्रांत वापरल्या जातात.

डॉ. कुलकर्णी यांनी आजवर १२०हून अधिक संशोधनपर लेख तसेच ३०हून अधिक पुस्तके लिहिली आहेत. तसेच ते आर्टिफिशिअल इंटेलिजन्स संदर्भांतील विविध विषयांवर वर्तमानपत्रांतून लिखाण करत असतात. विविध आंतरराष्ट्रीय नियतकालिकांचे संपादक म्हणूनही ते काम करतात. त्यांचे कित्येक विद्यार्थी जगातील अनेक विद्यापीठांत तसेच कंपन्यांमध्ये संशोधक म्हणून कार्यरत आहेत. त्यांनी आजवर भारताबरोबरच अमेरिका, कॅनडा, सिंगापूर, मलेशिया, फ्रान्स, दुबई, ऑस्ट्रेलिया आदी देशांत आर्टिफिशिअल इंटेलिजन्सच्या विविध पैलूंवर व्याखानेही दिली आहेत. 'सकाळ प्रकाशनाने'च प्रसिद्ध केलेल्या डॉ. कुलकर्णी यांच्या *आर्टिफिशिअल इंटेलिजन्सच्या वाटेवर* या पुस्तकाला २०२३मध्ये पुणे मराठी ग्रंथालयाकडून स्वातंत्र्यवीर सावरकर पुरस्काराने गौरवण्यात आले आहे.

सकाळ प्रकाशनाची इतर पुस्तके

- आर्टिफिशिअल इंटेलिजन्सच्या वाटेवर
- संवादक्रांती
- कृत्रिम बुद्धिमत्ता आणि यंत्रमानव
- ‘जर-तर’च्या गोष्टी - भाग १ व २
- रिलीज द बर्ड
- पाथमेकर्स
- शोधांच्या नवलकथा
- अपोलो ११
- जादू कि झप्पी
- आणखी एक स्वल्पविराम
- नव्या सहस्त्रकातील विज्ञान
- करिअर FAQs
- सर्वांसाठी करिअरचा वाटाड्या
- सर्वांसाठी करिअर प्लॅनिंग
- करिअर मार्गदर्शक
- शास्त्र-तंत्रज्ञान क्षेत्रातील करिअर

www.ingramcontent.com/pod-product-compliance
Lightning Source LLC
LaVergne TN
LVHW100401051026
849518LV00003B/1097

* 9 7 8 9 3 4 7 1 3 8 7 8 2 *